Be The Change...

भ्रष्टाचाराशी लढा

भारताचे भवितव्य घडविण्यासाठी : भ्रष्टाचाराविरुद्ध लढा

किरण बेदी

मराठी अनुवाद
सुप्रिया वकील

मेहता पब्लिशिंग हाऊस

Email : info@mehtapublishinghouse.com

- *या पुस्तकातील लेखकाची मते, घटना, वर्णने ही त्या लेखकाची असून त्याच्याशी प्रकाशक सहमत असतीलच असे नाही.*

BE THE CHANGE FIGHTING CORRUPTION by KIRAN BEDI

Copyright © 2012, Kiran Bedi

Sterling Paperbacks an imprint of Sterling Publishers (P) Ltd. New Delhi
Translated into Marathi Language by Supriya Vakil

Be The Change... भ्रष्टाचाराशी लढा / मार्गदर्शनपर

अनुवाद : सुप्रिया वकील
१०२, यशोवर्धन अपार्टमेंट, ६५३ ई,
शाहुपुरी ३री गल्ली, कोल्हापूर - ०१.
Email : supriyawakil@gmail.com

मराठी अनुवादाचे व प्रकाशनाचे हक्क : मेहता पब्लिशिंग हाऊस, पुणे.

प्रकाशक : सुनील अनिल मेहता, मेहता पब्लिशिंग हाऊस,
१९४१, सदाशिव पेठ, माडीवाले कॉलनी, पुणे - ४११०३०.

मुखपृष्ठ : स्टर्लिंग पब्लिशर्स यांच्या सौजन्याने

प्रथमावृत्ती : फेब्रुवारी, २०१५

ISBN for Printed Book 978-81-8498-651-8

ISBN for E-Book 978-81-8498-652-5

ज्यांनी भ्रष्टाचाराविरोधात उभं राहण्याचं धाडस
आणि निर्धार दाखवला... आपापल्या पद्धतीने,
एकट्याच्या बळावर वा एकत्र मिळून त्याविरुद्ध आवाज
उठवला त्या **सर्वांना** कृतज्ञतापूर्वक अर्पण... त्यांच्या या
प्रयत्नांमुळे भारतातील भ्रष्टाचाराची सर्वत्र फैलावलेली साथ
उघडकीला येण्यास
मदत झाली.

या पुस्तकाचा उद्देश

मी १९९३ साली तिहार तुरुंगांची महानिरीक्षक म्हणून पदभार स्वीकारला, त्यावेळी मला कळलं की, कैद्यांच्या शिध्याची चोरी होत आहे. त्यांना मिळणारं धान्य अळ्याकिडेयुक्त तर होतंच शिवाय त्यांच्या हक्काच्या धान्यापेक्षा त्यांना ते कमी प्रमाणात मिळत होतं. म्हणजेच जेलच्या आतल्या आणि बाहेरच्या लोकांच्या निष्ठूर भ्रष्टाचाराचं ते ढळढळीत उदाहरण होतं.

माझ्या ३५ वर्षांच्या पोलीस सेवेत, मी भ्रष्टाचार व अप्रामाणिकपणाची उग्र दुर्गंधी असलेले अनेक प्रसंग पाहिले आहेत. आणि हे वर्तन जबाबदार माणसांकडून होत असायचं. ज्यांनी कायद्याचं पालन करून न्याय देणं गृहीत होतं, ते त्याच्या नेमकं उलट वागत होते.

ही मंडळी त्यांच्या व्यक्तिगत, व्यावसायिक लाभांसाठी व भौतिक सुखसोयींसाठी सर्व प्रकारचा पक्षपातीपणा... पक्षानुग्रह मनसोक्त करत होती आणि तरीही 'समोर' येत नव्हती.

मी पोलीस सेवेत होते त्यावेळी मी अशा प्रकारच्या घडामोडी विश्वसनीय पुराव्याच्या आधारे, सुयोग्य व्यासपीठांवर लोकांसमोर आणायचे. त्यामुळेच अनेक प्रसंगी मला दूरच ठेवलं जात असे – सत्तेत असणाऱ्या काही राजकारण्याकडूनही आणि पोलीस व्यवस्थेचं केंद्र असलेल्या पोलीस मुख्यालयातल्या माझ्या काही वरिष्ठाकडूनही.

मला एक प्रसंग आठवतो. एका नव्या पोलीस आयुक्तांनी पदभार स्वीकारला होता. त्यावेळी मी पोलीस मुख्यालयात नियुक्ती होण्याइतकी

ज्येष्ठ होते. आमच्या पहिल्याच भेटीत त्यांनी मला सांगितलं,

"तुम्ही लिहायचं नाही, (कारण मी काही नियतकालिकांत नियमित स्तंभलेखन करत होते) आणि पोलीस सुधारणाविषयक कुठल्याही परिषदेलाही जायचं नाही"

" का सर? " मी विचारलं.

"मी सांगतो म्हणून," ते उत्तरले.

त्यांना मी त्यांच्या टीमचा हिस्सा होण्यासाठी गुलामगिरी पत्करायला पाहिजे होती. मी त्यांची सूचना ऐकली नाही. मी त्यांच्या म्हणण्यानुसार वागत नाही हे पाहिल्यावर त्यांनी मला त्यांच्या पद्धतीने त्रास द्यायला सुरुवात केली.

माझ्या बद्दलचा अहवाल प्रतिकूल आला असता तर मला बढती मिळाली नसती... आणि तीच वेळ येऊन ठेपली होती. पण एका अज्ञात शक्तीने जिला 'देव' म्हटलं जातं, मला हात दिला. तो कसा... हा इतिहास 'आय डेअर' या माझ्या दुसऱ्या पुस्तकात नमूद केलेला आहे.

अशा प्रकारे, गिळंकृत करणारा भ्रष्टाचाराचा भस्मासूर मी जवळून पाहिला आहे.

आज आपण सर्वजण आपल्याभोवती अक्षरशः लूट पाहतोय. अतिशय मोठ्या प्रमाणात लूट.. हा आकडा इतका मोठा आहे की आपण त्यातली शून्यं मोजूसुद्धा शकत नाही.

राष्ट्रकूल स्पर्धेतला प्रकार उघड होऊ लागला तेव्हा मला त्या प्रकाराचा भयंकर त्रास होऊ लागला. त्याविरोधात उठवणाऱ्या आवाजात मीही सहभागी होऊ लागले आणि आज हा आवाज खूप मोठा झाला आहे. कधीकधी तो फार कर्कश होतो... पण मुद्दाम नाही, असे होण्यास

परिस्थिती भाग पाडते. अर्थात हे सगळं चाललं आहे ते एकाच उद्देशासाठी ... सुराज्य भारत घडवण्यासाठी... आपल्या सर्वांना समृद्ध आणि आपल्या पुढच्या पिढयांना सुरक्षितता देणारा अधिक चांगला भारत घडवायचा आहे.

या लेखसंग्रहामागची प्रेरणा तीच आहे... "यू बी द चेंज!"

त्या त्या परिस्थितीत जे वाटलं, जे जाणवलं, त्यानुसार इथं मतं व्यक्त केली आहेत. हे लिहिल्यानंतर मला एकदम हलकं वाटलं.

हे वाचल्यावर तुम्हीही भ्रष्टाचारविरोधी लढ्यात सहभागी व्हाल अशी आशा आहे.

जर भ्रष्ट्राचारी लोकं त्यांच्या हितासाठी एकत्र येऊ शकतात तर त्यांचा बळी ठरणारे आपण सर्वजण आपल्या स्वत:साठीच एक का होऊ शकत नाही?

'बी द चेंज! तुम्हाला जसं वाटेल त्या पद्धतीनं! जबाबदारी' आपली आहे.

अनुक्रमणिका

मनोवांछित भाषण

आपल्या राजकीय नेत्यांकडून आपल्याला कशा प्रकारची भाषणं अपेक्षित आहेत, आपल्याला कशी भाषणे ऐकावीशी वाटतात आणि आपल्याला काय ऐकायला मिळत आहे? आपले नेते उत्तम राज्यकारभाराबद्दल बोलतात, की परराष्ट्र धोरणाबद्दल विधानं करतात आणि आपल्या शेजाऱ्यांना योग्य इशारे देतात? रोटी, कपडा और मकान हे ज्वलंत मुद्दे असताना श्रोत्यांच्या दृष्टीने मंदिर, मशीद, पक्षनेता ''अ'' किंवा पक्षनेता ''ब'' किती महत्त्वाचे आहेत?

मजेची गोष्ट म्हणजे, अलीकडे झालेल्या राजकीय मेळाव्यांमध्ये असं दिसून आलं आहे की, लोकांनी जेव्हा जेव्हा टाळ्या वाजवल्या आहेत किंवा प्रोत्साहन दिलं आहे ते ''नाचणाऱ्या'' किंवा ''गाणाऱ्या'' लोकप्रिय चित्रपट कलावंतांनी केलेल्या मनोरंजनाला. काही ठिकाणी तर, दीर्घ गुन्हेगारीचा पूर्वेतिहास असलेल्या व्यक्ती अशा मेळाव्यांत अधिकारवाणीनं बोलत होत्या. त्यांना काय सांगायचं असेल आणि कुठल्या विश्वसनीयतेनं?

या देशात सत्तेत असलेल्या सरकारच्या विरोधात समाजमन तयार करणारा घटक बनत आहे. अधिकारपदाच्याच समान अर्थाचा दुसरा शब्द म्हणजे 'राज्यकारभार' किंवा त्याबद्दलची 'शासनाची कामगिरी' त्यामुळं ज्यावेळी अधिकारपदाविरोधी मत बनतं, त्यावेळी ती एकूणच प्रशासनाच्या म्हणजे मुख्यत्वे नोकरशाहीच्या कामगिरीबद्दलची नापसंती असते. लोकांना उत्तम प्रशासन हवं आहे... कार्यक्षम, सेवा देणारं, नागरी समस्या सोडवणारं आणि भविष्याचा वेध घेऊन अंतर्गत सुरक्षा

प्रदान करणारं प्रशासन.

लोकांना ऐकायला व कृतीत रूपांतरित झालेलं पाहायला आवडेल असं "मनोवांछित भाषण" देण्याचा हा प्रयत्न.

हे भाषण यशस्वी नेत्यासाठी आहे.

"माझ्या बांधवांनो,

आपण मला तुमचा प्रतिनिधी (विधानसभेत वा संसदेत) म्हणून निवडलेत याबद्दल मी तुमचा आभारी आहे. मी तुमच्या विश्वासाला पात्र ठरेन अशी मी तुम्हाला ग्वाही देतो. मी तुमच्यासमोर उभा आहे ते संपूर्ण मतदारसंघाचा प्रतिनिधी म्हणून... फक्त ज्यांनी मला मत दिलं त्यांचा प्रतिनिधी म्हणून नव्हे. मी आता तुम्हा सर्वांच्याच आस्थेच्या विषयांचा प्रतिनिधी आहे.

'मतदारसंघातील प्रश्न व समस्या' हा माझ्यासाठी प्राधान्याचा विषय आहे. यासाठी आपण निरनिराळ्या स्तरांवरील आवश्यक गरजा लक्षात घेऊन त्यावर काम करू. त्यानंतर आपण एकत्र मिळून क्षेत्रनिहाय प्राधान्याच्या गोष्टी जाहीर करू आणि त्यांचा उपलब्ध साधनस्त्रोतांशी मेळ घालण्याचा प्रयत्न करू. मी माझ्या मतदारसंघासाठी मिळालेल्या निधीचा कशा प्रकारे विनियोग करणार आहे, हे मी सार्वजनिकरीत्या जाहीर करीन, जेणेकरून त्या निधीचा योग्य वापर होत असल्याबद्दल तुम्हा सर्वांची खात्री पटेल.

निधीचा विनियोग उत्तम प्रकारे होण्यासाठी व त्यातून शक्य तितके लाभ होण्याच्या दृष्टीनं आपण सर्वजण सामुदायिकरीत्या काम करूयात. या सर्व प्रकल्पांमध्ये पारदर्शकता राखली जाण्यासाठी व लोकसहभागासाठी आपण पर्यवेक्षकांचे स्थानिक गट स्थापन करू या. ग्रामीण व शहरी शासन कारभारात सर्व प्रशासनामध्ये आपण भागीदारीची पद्धत विकसित करू या.

मित्रांनो, आपण आपल्या योजना आणि त्यांची अंमलबजावणी अशा प्रकारे करू या की, आपल्या मतदारसंघातील कुणीही बालक शिक्षणापासून वंचित राहणार नाही, कोणताही तरुण व्यावसायिक प्रशिक्षणापासून वंचित राहणार नाही. एकही कूपनलिका वा उद्योग ऊर्जेविना वंचित राहणार नाही. कुणाही व्यक्तीला असुरक्षित वाटणार

लोकांना उत्तम प्रशासन हवं आहे... कार्यक्षम, सेवा देणारं, नागरी समस्या सोडवणारं आणि भविष्याचा वेध घेऊन अंतर्गत सुरक्षा प्रदान करणारं प्रशासन.

नाही. कोणताही गुन्हा उघडकीला आल्यावाचून राहणार नाही याकडे आपण लक्ष पुरवू या. आपण सर्वजण अशा प्रकारे संघटित होऊ या की, सर्व प्रकारच्या गुन्ह्यांना चाप बसेल. आपण गुन्हेगारी संपवून टाकण्याचा प्रयत्न करू या तसेच गैरकृत्य करणाऱ्यांच्या पुनर्वसनासाठीही काम करू या. आपण सारे मिळून जलसंधारण (वॉटर हार्वेस्टिंग) आणि जलव्यवस्थापन करू या, ज्यायोगे आपण आपल्या पुढच्या पिढीला आपल्याला मिळालं त्यापेक्षा अधिक देऊ शकू.

आपण सारे मिळून आपल्या मतदारसंघातील सर्व आस्थापनांमध्ये अधिक उच्च उत्पादकतेसाठी कटीबद्ध होऊ या, ज्याजोगे आपल्याला अधिक उत्पन्न आणखी रोजगार मिळू शकेल आणि आपण देशाच्या तिजोरीत अधिक भर पडू शकेल. आपण जीवनस्तर उंचावण्यासाठी प्रयत्न करू या, ज्यामुळे आपली जनता एकोप्याने व समृद्ध जीवन जगू शकेल.

या सर्व गोष्टींचा विचार करता आपल्या सर्वांपुढे कामाचा डोंगर उभा राहणार आहे हे तुमच्या लक्षात आलंच असेल. आपण हे काम तडीला नेण्यात यशस्वी होऊ, असा मला विश्वास आहे. मी तुम्हाला शब्द देतो की, मला ज्या कृतींची तुमच्याकडून अपेक्षा आहे, त्या सर्व कृती आधी मी करीन.

मी विविध भागांना भेटी देईन, त्यामुळे मला तुमच्यासोबत राहता येईल. त्याला अपवाद असेल तो फक्त (विधानसभेचं किंवा संसदेचं) अधिवेशन असतं तेवढ्या कालावधीचा. मी भेट देण्यासाठी येणार असेन तेव्हा माझ्या दौऱ्याचं वेळापत्रक मी आधी जाहीर करीन म्हणजे तुम्हाला आपली गाठभेट कधी होऊ शकेल ते कळू शकेल. मी भेट देण्याआधी जिल्हा प्रशासनाशी म्हणजे त्या भागाचे पोलीस अधिक्षक, डीएसपी, एसएचओ, अथवा एसडीएम किंवा एसडीओ व महत्त्वाच्या संस्थांचे अन्य अधिकारी यांनाही माझ्या दौऱ्याबद्दल आगाऊ कळवीन म्हणजे आपण सगळे मिळून काय चुकतंय, काय योग्य आहे आणि

कोणत्या बाबींकडं प्राधान्यानी लक्ष देण्याची गरज आहे यावर विचार करू शकू.

तुमच्यासाठी जे मी केलंच पाहिजे ते करत असताना तुम्हीसुद्धा तुमची कर्तव्यं पार पाडली पाहिजेत आणि जबाबदार व सक्रिय सहभाग देणाऱ्या नागरिकाची भूमिका बजावली पाहिजे. तुम्ही मला ठरावीक काळासाठी निवडून दिलेलं आहे आणि या काळात आपल्याला खूप काही करायचं आहे. मी पुढच्या निवडणुकीला उभं राहीन की नाही कोण जाणे पण जर आपण आत्ता ठरवलेली उद्दिष्टं साध्य करू शकलो तरच मी पुढची निवडणूक लढवण्याचा विचार करीन.

समारोप करण्याआधी, मी माझ्या व्यक्तिगत अथवा माझ्या कुटुंबीयांच्या मालमत्ता जाहीर करतो. आणि तुम्ही निवडून दिलेला प्रतिनिधी म्हणून माझ्यावर असलेल्या जबाबदारीतून मुक्त होण्याआधी, माझा कालावधी संपल्यानंतर हे तपशील मी पुन्हा जाहीर करीन... त्यामुळे मी काय सोबत घेऊन निघालो आहे हे तुम्हाला पाहता यावं. चला! आपण आपल्या देशा प्रती आणि आपल्या भावी पिढ्यांप्रती असणारं कर्तव्य पार पाडू या.''

मी हे ''मनोवांछित भाषण'' लिहिलं, त्यादरम्यान मी दोन भाषणं ऐकली. ती भाषणं मला सध्याच्या परिस्थितीत 'काळ्या ढगाला रूपेरी किनार' वाटली. किमान या दिशेनं पाऊल पडण्यास सुरुवात तरी होत आहे हे पाहून मला स्फूर्ती लाभल्यासारखं वाटलं.

यातलं पहिलं भाषण होतं पंजाबचे नवे मुख्यमंत्री कॅप्टन अमरदिंर सिंग यांचं त्यांनी म्हटलं होतं,

''हे सरकार आणि प्रशासन पूर्णत: पारदर्शक असेल आणि प्रेसला प्रशासनाच्या कामकाजाबद्दल जी काही माहिती जाणून घ्यायची असेल ती जाणून घेण्यास त्यांना पूर्ण मुभा दिली जाईल.''

दुसरं भाषण होतं मध्यप्रदेशचे मुख्यमंत्री दिग्विजय सिंग याचं त्यांनी म्हटलं होतं.

''भारतानं हुकुमतीचा काच प्रमाणाबाहेर सोसला आहे, त्यामुळे राज्याला अनेक पारंपरिक भूमिका मागं घ्याव्या लागल्या आहेत.

प्रशासन लोकांच्या दारी नेलं पाहिजे असं मला वाटतं.''

जर हे शब्द प्रत्यक्ष कृतीत उतरले तर अधिकारपदांविरोधी कोणताच मतप्रवाह उरणार नाही, उलट चांगलं काम होत राहावं यासाठी सगळं जनमत एकवटेल.

काळ्याकुट्ट भूतकाळाची फळं देशाच्या माथी

आज आपण जो हिंसाचार व भ्रष्टाचार सोसत आहोत तो आपण स्वातंत्र्य लाभल्यापासून जे काही पेरत आलो आहोत त्याची फळं आहेत. भ्रष्टाचार आणि भ्रष्ट व्यवस्थेची मगरमिठी अधिकाअधिक आवळत गेल्यामुळं या देशातील व्यवस्थेला उतरती कळा लागली आहे.

ज्यांच्याकडं ताबा आहे अशा सर्वांकडून म्हणजे राजकीय, नोकरशाही, पोलीस, कॉर्पोरेट आणि अगदी सेवाक्षेत्रातल्या माणसांकडूनसुद्धा महत्त्वाच्या संस्थांची पद्धतशीर हानी झालेली आहे. आता फक्त एकच गोष्ट महत्त्वाची झाली आहे, ती म्हणजे स्वत:साठी व कुटुंबासाठी माया जमवणं! या सगळ्यात देशाचा नंबर शेवटचा, आणि बरेच लोक तर परदेशी निघून गेले आहेत, कारण त्यांना इथं काहीच भवितव्य नाही असं वाटतं. हे वास्तव आहे... मग तुम्हाला पचवता येवो अथवा न येवो

आपल्या भवितव्यासाठी ज्यांनी त्यांच्या वर्तमानकाळाची आहुती दिली, त्या अगणित भारतीयांच्या तीव्र लढ्यांनतर आपल्याला स्वातंत्र्य मिळालं. पण त्यानंतर आपल्या देशात नीतिमूल्यांचा धागा बळकट करण्याऐवजी, आपण व्यक्तिगत लाभांसाठी पावलोपावली तडजोड केली. अशा प्रकारे, आपण अशा टप्प्यावर येऊन पोहोचलो आहोत की, या देशाचे नागरिक, ज्याच्यावर खरोखर विश्वास ठेवू शकतील अशी एकही व्यक्ती सार्वजनिक क्षेत्रात आढळणं दुरापास्त होऊ लागलं

> *लोकांचा राज्यकारभारावरचा विश्वास पुन्हा जिवंत करावा लागेल. त्यासाठी सचोटी व प्रामाणिकपणा यांची गरज आहे.*

आहे. आणि समजा, आपल्याला अशी एखादी व्यक्ती सापडली तर त्या व्यक्तीला खाली खेचण्यात आपल्याला आनंद मिळतो – मनिष तिवारींनी अण्णा हजारेंना ''आपादमस्तक'' भ्रष्ट म्हटल्याबद्दल त्यांनी अण्णांकडं दिलगिरी व्यक्त केली होती – हे उदाहरण आठवा.

ही उतरती कळा कुणीकुणी लावली... आईवडिल – शिक्षक – धार्मिक व आध्यात्मिक गुरु – राजकीय नेते की प्रसारमाध्यमे? आपल्यावर सर्वाधिक परिणाम कुणाचा पडला आहे?

व्यक्तिशः माझं मत आहे की, याला कारणीभूत राजकीय नेतृत्व आहे मोजके सन्मान्य अपवाद वगळता, हा वर्ग ऱ्हासाला कारणीभूत आहे. त्यांची हाव आणखी वाढल्यामुळं ते काहीही करून सत्तेला चिकटून राहतात. देश व समाजावर याचे दीर्घकालीन परिणाम काय घडतील याचा विचारसुद्धा त्यांच्या मनाला शिवत नाही.

स्वातंत्र्यापासून त्यांनी पोलीसांना कसं वापरून घेतलं आहे पाहा – त्यांनी पोलीसांना स्वतःच्या पायांवर उभं राहू दिलेलं नाही. ते पोलीसांचा वापर त्यांच्या राजकीय कार्यक्रमांसाठी करून घेत आले आहेत. ते नेतृत्वाचा उदय होऊ देत नाहीत. ज्या कुणात स्वतंत्र विचारांचा कुठलाही धागा दिसला तर त्याला बाजूला फेकलं जातं. मी स्वतः अनेकदा या गोष्टीचा अनुभव घेतलेला आहे. नागरी समाज यासंदर्भात काही करू शकतो का? पोलीस-अधिकाऱ्यांच्या बदल्या किती वेळा होतात ते बघा. बदल्या, बढत्या, नियुक्त्या यांसाठी, किंवा त्यांच्या मुलांच्या शिक्षणाचं अथवा जोडीदाराच्या नोकऱ्यांचं नुकसान होऊ नये यासाठी त्यांना अक्षरशः नाक घासायला लावलं जातं.

लक्षावधी कॉन्स्टेबल्सना स्वतःच्या जीवावर सोडलेलं असतं. ते नेत्यांना जेमतेम ओळखत असतात. त्यांचे वरिष्ठ क्वचितच त्यांच्यापर्यंत पोहोचत असतात. ज्युनिअर्सचं ऐकून घेतलं जात नाही. त्यांना स्थानिक 'दादा' लोक अथवा सत्ताकेंद्रांच्या जवळ असण्याचा दावा करणाऱ्या मंडळींचे पाय धरावे लागतात.

पोलीस खातं चालवण्याची ही पद्धत आहे? या खात्यात काम करणाऱ्या बहुतेकजणांवर घर अवलंबून असतं. त्यांना कुटुंबाच्या उदरनिर्वाहाची, मुलांच्या शिक्षणाची सोय करायची असते, आणि दोन दोन घरं - एक त्याचं मूळ घर व एक त्यांच्या नियुक्तीच्या ठिकाणचं घर - चालवण्यासाठी 'जादा कमाई' ही लागते. त्यांना रजा क्वचितच मिळते कारण त्यांना व्हीआयपी आणि त्यांच्या सार्वजनिक सभांच्या वेळी रक्षणासाठी बंदोबस्ताला, प्रत्येक वेळी हजर राहावं लागतं. या सभांत दांभिकता व अपूर्ण आश्वासनांचा बुजबुजाट असतो. इथं सर्वसामान्य, अडाणी माणसाचा फायदा उठवला जात असतो.

पण आता हे असं चालू शकणार नाही. लोक आता बंड करून उठले आहेत. शासनाच्या गैरकारभाराविरोधात आवाज उठवण्यासाठी ते उघडपणे रस्त्यावर उतरले आहेत. एकत्र संघटित होण्यानं लोकांना त्यांचा 'आवाज' गवसला आहे. त्यांना पुन्हा एकदा अहिंसेची ताकद पाहायला मिळाली आहे... अण्णा हजारेंना धन्यवाद

हा देश गुणवत्ता व अखंडता यांच्या मार्गावर पुन्हा जायला हवा. नेत्यांनी मुक्त अभिव्यक्ती व खुली चर्चा, यांना प्रोत्साहन दिलं पाहिजे, त्यांनी लोकांचं म्हणणं ऐकलं पाहिजे, आणि त्यांनी त्यांचा कारभार सर्व समावेशक केला पाहिजे. नेत्यांनी नेतृत्व विकासाला वाव दिला पाहिजे, पोलिसांना मुक्तपणे काम करू दिलं पाहिजे आणि त्यांच्याकडं आणखी जबाबदाऱ्या सोपवल्या पाहिजेत. नेत्यांनी नोकरशाहीला 'करा अथवा मरा' अशा पद्धतीनं कामाला लावलं पाहिजे. तसंच नोकरशाहीला मुक्तपणे व खुलेपणे आणि धोरणात्मक निर्णय घेऊ दिले पाहिजेत. या निर्णयांची जबाबदारी त्या अधिकाऱ्यांवर सोपवली पाहिजे. अधिकाऱ्यांना जे योग्य वाटेल ते त्यांना करू देण्यासाठी प्रोत्साहीत केलं पाहिजे. मंत्र्यांना ते महत्त्वाचं वाटेलच असं नाही पण मग मंत्र्यांनी त्यांच्या स्वत:च्या जबाबदारीवर त्याबद्दलचे निर्णय घेतले पाहिजेत. मंत्र्यांना स्वत:ला जे हवं असेल त्याची शिफारस करावी म्हणून त्यांनी नोकरशाहीवर सक्ती करता कामा नये आणि नोकरशाहीतही ''नाही'' म्हणण्याचं धाडस असलं पाहिजे.

भ्रष्टाचारविरोधी विधेयक संसदेसमोर आहे. त्याला असणारा संपूर्ण पाठिंबा लोकांचा निर्धार आणि निग्रह दाखवून देईल. एकदा का

लोकपाल सक्रिय झालं की, आणखी कितीतरी वादग्रस्त प्रकरणं वर येतील आणि राजकारणी व नोकरशहा यांना लाजेनं मान खाली घालायला लागेल.

भूतकाळाची पानं पुन्हा लिहिता येणार नाहीत, तो तसाच राहणार. पण त्यातून धडे घेता येऊ शकतात... तुम्ही निसर्गाचा नियम बदलू शकत नाही. तुम्ही जे पेराल तेच उगवतं. या देशानं हिंसा, भ्रष्टाचार, फूट आणि दांभिकता यांची बीजं पेरली आहेत. त्यांची फळं आता दिसत आहेत.

आपण सचोटीची बीजं पेरायला लागू त्या दिवसापासून आपल्याला विश्वासरूपी फळं मिळू लागतील.

सरकारी नोकर आणि जबाबदारी

दिल्ली पोलीसांना १९७७ साली पोलीस आयुक्त-पद्धती लाभली नसती तर मी भारतीय पोलीस सेवेत ३५ वर्षं टिकले नसते. याचं कारण असं की, मी भारतीय प्रशासन सेवेत किंवा राज्यसेवेत थेट नियुक्ती झालेल्या काही अननुभवी लोकांच्या - ज्यांची त्या क्षेत्रातली ही पहिलीच नियुक्ती होती – निष्काळजी, अनाहूत आणि अत्यंत "नवशिक्या" नजरचुकांचा अनुभव घेतला होता. कायदा व सुव्यवस्था, गुन्हे नियंत्रण, विशिष्ट नियम जारी करणं, आणि प्रशासकीय धोरणविषयक निर्णयांवर नियंत्रण ठेवणं, शिवाय अंदाजपत्रकीय नियंत्रण राखणं अशी क्षेत्रं या सेवेत येत होती. माझ्या दृष्टीनं या अनाहूतपणे एकाच वेळी घडणाऱ्या गोष्टी होत्या, आणि रचनात्मक किंवा पूरक पर्यवेक्षण देखरेख कुठंच नव्हती.

माझ्याकडं नवी दिल्ली प्रदेशाचा कार्यभार होता तेव्हाची अनेक निदर्शनं मला आठवतात. तिथं दररोज लक्षवेधी निदर्शनं होत असत. जिल्हा पोलीस प्रमुखपदी असणाऱ्या आमच्यासारख्यांना तरुण (नवशिके) एसडीएमची वाट पाहावी लागत असे – ते येणार आणि मग जमावं पांगवण्यासाठी मंजुरीपत्रावर सही करून आम्हाला उपकृत करणार. अर्थात जर तशी परिस्थिती उद्‌भवली तर आपण वाट पाहात थांबायचं नाही हे आम्हाला कळत होतं. पण वास्तव असं आहे की, अनेकदा त्यांना ही आवश्यक औपचारिकता पूर्ण करण्यासाठी बोलावून घ्यावं लागायचं आणि दर वेळी ते यायचे तेव्हा ते पोलीस खात्यावर जणू उपकार करत आहेत असा त्यांचा आविर्भाव असायचा. हे असं

घडण्याचं कारण म्हणजे, जर त्यांची सही झाली नाही तर आमची कारवाई १८६१च्या पोलीस कायद्यानुसार, कायद्याचं उल्लंघन करणारी ठरली असती.

आमच्या पोलीस खात्यात २००९ सालीसुद्धा १८६१ च्या कायद्याचा अंमल होता! आता या एकूणच निष्काळजी दुर्लक्षासाठी एखादा माणूस कायदेमंडळाला दोषी धरू शकेल पण या संदर्भात अजूनही अधिक मोठी अडचण आहे, ती सरकारी सेवांच्या 'बाबूगिरी'ची. ही मंडळी कायदेमंडळाकडून सुयोग्य कायदे संमत करून घेण्यासाठी पाठपुरावा करण्यात अपयशी ठरली आहेत. १८६१ चा कायदा हे तर कायदेमंडळापेक्षा नोकरशाहीचंच जास्त अपयश आहे हे उघड आहे.

व्यक्तिश: माझ्यासाठी, गुन्हे नियंत्रण आणि कायदा व सुव्यवस्था व्यवस्थापन हे अनेक स्तरांवर कोंडमारा करणारं काम होतं. व्यावसायिक अधिकाऱ्यांना व्यावसायिक अकादमींमधून विस्तृत प्रशिक्षण देऊन जडणघडणीच्या काळात त्यांना व्यावसायिकदृष्ट्या सज्ज केलेलं असूनही त्यांच्यावर विश्वास ठेवला जात नाही, असं मला जाणवलं. त्याऐवजी आम्हाला अधिकाधिक जबाबदार बनवायला हवं होतं. पण कमीत कमी प्रशिक्षण प्राप्त झालेल्या (पोलीस विषयक संदर्भात) बाहेरून आमच्यावर आलेल्या अधिकाऱ्यांना आम्हाला खूष ठेवावं लागत होतं, का तर त्यांनी आम्हाला आमच्या अविरत ड्यूटीज् करू द्याव्यात म्हणून. प्रत्येक पोलीस जिल्ह्यात अशीच परिस्थिती आहे आणि जिथं पोलीस आयुक्त पद्धत नाही तिथं ती अधिकच बिकट आहे.

परिवर्तनात कोण अडथळा ठरत आहे? दुसरं कोण... हेच 'संमती देणारे' आज देशामध्ये आयुक्त पद्धती असलेली अगदी मोजकी शहरं आहेत. ही पद्धती नाकारण्यामुळे पोलीस अधिकाऱ्यांची हानी झाली आहे, त्यांचा विकास घडून त्यांचं जबाबदारी घेऊ शकणं खुंटलं आहे आणि त्यांना नोकरशाहीवर अवलंबून राहावं लागत आहे. यातली दुःखद गोष्ट अशी की, पोलीस सेवेला धाडसी, स्वतंत्र व आत्मविश्वाससंपन्न नेतृत्वापासून पद्धतशीरपणे दूर ठेवलं गेलं आहे. असं नेतृत्व, जे 'संमती देणाऱ्यांना' आणि 'नियंत्रण ठेवणाऱ्यांना' त्यांच्या योग्य जागी ठेवेल आणि नेत्यांना त्यांच्या सर्वप्रथम मुख्य जबाबदारीवर म्हणजे विकासावर लक्ष केंद्रित करू देईल.

'पोलीस आयुक्त' पद्धतीनं माझ्यासारख्या तरुण अधिकाऱ्यांना आणखी जबाबदारी दिली. औपचारिक मान्यतेची वाट न पाहता बेकायदेशीर कृत्यांचा बीमोड करण्यासाठी ताकद व बांधिलकी या दोन गोष्टी तर होत्याच, पण इतरही बरेच अधिकार होते. टोलवाटोलवीला जागा नव्हती.

'पोलीस आयुक्त' पद्धती गुन्हे रोखण्यासाठी सर्वात परिणामकारक ठरली होती. ज्या गोष्टींसाठी संमती देणाऱ्यांकडून अथवा नियंत्रण ठेवणाऱ्यांकडून परवानगीची वाट पाहावी लागत होती. त्या गोष्टी या पद्धतीमुळं अतिशय तातडीनं व जबाबदारीच्या भावनेनं होत होत्या. उदाहरणार्थ : वाईट प्रवृत्तींना त्यांच्या कार्यस्थळांपासून हुसकावून लावणं, दोन गटांतील संघर्षामध्ये शांतता स्थापन करणं, जमिनीच्या वादामुळं अशांतता निर्माण झाल्यास जमीन जप्त करणं, वाहतुकीच्या नियमांची अंमलबजावणी अथवा भाडेकरूची सत्यता पडताळणी. शस्त्रास्त्र व दारूगोळा बाळगणं अशांसारख्या कायदा व सुव्यवस्था विषयक नियमांची अंमलबजावणी इत्यादी ही होत.

ज्या पोलीस जिल्ह्यांमध्ये 'पोलीस आयुक्त' पद्धती नाही तिथं आयएएस मार्फत चालवल्या जाणाऱ्या गृहखात्यांच्या अखत्यारीत या सर्व व यापेक्षाही बऱ्याच गोष्टी येतात. यांची सूत्रं मुलकी सेवांकडे असण्याची काय आवश्यकता आहे? दिल्ली, पुणे, मुंबई, अहमदाबाद, गुरगाव आणि इतर शहरांत जर ही सूत्रं पोलीस खात्याकडे असू शकतात तर लखनौ, पटणा, गुवाहाटी, जयपूर, भोपाळ, अमृतसर आणि विविध आयोगांनी शिफारस केलेल्या इतर सर्व शहरांतही ती का असू शकत नाहीत? (या सर्व शिफारसी नोकरशाही चालवत असलेल्या गृहखात्यांच्या कार्यालयांत धूळ खात पडून आहेत.)

हे असं असण्याचं कारण म्हणजे मार्गदर्शकांच्या जागी असणाऱ्या आयएएस अधिकाऱ्यांनी स्थित्यंतराला मान्यता दिलेली नाही आणि यंत्रणेवरील आपला ताबा पोलीसांकडं जाऊ दिलेला नाही.

त्यामुळे पोलीस अपयशी ठरतात तेव्हा कुणाची गच्छंती होते? गृह सचिव गेल्याचं कधी कुणी पाहिलं किंवा ऐकलं आहे का? ते कोण असतात... ते सामान्य माणसाला कधी पाहायला तरी मिळतात का? सरकारी नोकर गेंड्याचं कातडं पांघरतात असं म्हटलं जातं.

सरकारी नोकरांचाच वरचष्मा असतो. बढती व पदं यासंदर्भात ते इतर सर्वांच्या कितीतरी मैल पुढे असतात. वित्त आयोगात ते केंद्रस्थानी असतात. आणि कॅबिनेट सचिव प्रत्येक महत्त्वाच्या निर्णय प्रक्रियेत सहभागी असतो. तरीही, जेव्हा फासे उलटे पडतात तेव्हा ते त्यातून इतके सहीसलामत अलगद बाहेर पडतात, की हे कसं काय घडलं याचं आश्चर्य वाटावं!

> *सरकारी नोकरांचाच वरचष्मा आहे. बढती व पदं या संदर्भात ते इतर सर्वांच्या कितीतरी मैल पुढं आहेत. वित्त आयोगात ते केंद्रस्थानी आहेत आणि कॅबिनेट सचिव प्रत्येक महत्त्वाचा निर्णय प्रक्रियेत सहभागी असतो. तरीही जेव्हा फासे उलटे पडतात तेव्हा ते त्यातून इतके सहीसलामत अलगद बाहेर पडतात की हे कसं काय घडलं याचं आश्चर्य वाटावं!*

आमच्या अंतर्गत ग्रुपमधल्या एका अधिकाऱ्यानं व्यक्त केलेलं मत पाहा.

'भारतात राजकीय आणि प्रशासकीय वर्तुळात सरकारी नोकरांना सारखंच काम दिलेलं आहे. युरोपीयांच्या 'व्हाईट मॅन्स बर्डन' प्रमाणे. प्रत्येकजण आपलं काम तळमळीनं करतो की नाही? हे पाहण्याची जबाबदारीही त्यांच्यावर आहे. यामध्येच त्यांचा इतका वेळ आणि ऊर्जा खर्च होते की त्यांना स्वत:चं काम करायला वेळच उरत नाही. ही गोष्ट डिस्ट्रिक्ट मॅजिस्ट्रेट यांच्या कोणत्याही बैठकी दरम्यान सहज पाहायला मिळते. या बैठकीत त्यांना इतक्या गोष्टींबद्दल बोलणं आणि प्रत्येकाला मार्गदर्शन करावं लागतं की शेवटी त्यांना स्वत:ला करायला काहीच उरत नाही. त्यालाच आपण 'द बेस्ट ऑफ बोथ वर्ल्डस्' म्हणतो.'

हा आणखी एक संवाद पाहा. यात नामोल्लेख टाळला आहे.

''गेल्या आठवड्यात मेजर जनरल... मला भेटायला आले होते. ते आमच्या पदवी अभ्यासक्रमादरम्यान आमचे आवडते शिक्षक होते. अनेक अधिकारी त्यांना एक उत्तम शिक्षक म्हणून आजही मानतात. १९६२ च्या युद्धात ते सहभागी झाले होते. त्यांनी या घटनेचं व्यवस्थित विश्लेषण केलं. त्यांनी त्यांच्या या अभ्यासातून खालील मुद्दे मांडले.

▶ आधुनिक भारताचे शिल्पकार मानल्या गेलेल्या पंडित नेहरूंना तीव्र खिन्नतेने घेरले होते. (severe stroke of depression) ज्यातून ते पूर्णत: वर कधीच आले नाहीत. मे १९६४ मध्ये, तुलनेनं कमी वयात – ७३ व्या वर्षी ते निवर्तले.

▶ व्ही. के. कृष्णा मेनन यांना, परिस्थितीचं चुकीचं मूल्यमापन केल्याबद्दल संरक्षण मंत्री पदावरून दूर करण्यात आलं.

▶ जनरल थापर, COAS यांना डच्च्यू देण्यात आला. लेफ्टनंट जनरल कौल व इतर अनेक लष्करी अधिकाऱ्यांच्या करिअरने 'यू' टर्न घेतला.

▶ हजारो सैनिक मृत्युमुखी पडले, अनेकजण जखमी झाले तर काहींना युद्धबंदी करण्यात आलं.

▶ देशाच्या मनावर प्रचंड आघात झाला. ही हानी राष्ट्रीय शरमेची गोष्ट मानली गेली.

'त्यांनी मला प्रश्न केला,

"त्यावेळी संरक्षण सचिव कोण होतं? आणि त्यांना काय शिक्षा देण्यात आली?''

ते पुढे म्हणाले,

'मी अनेक मित्रांना हा प्रश्न विचारला आहे, इंटरनेटवरही शोधलं आहे पण मला उत्तर मिळालेलं नाही. बहुतकरून, त्यांच्यावर काहीच कारवाई झाली नसावी कारण यात त्यांचा काहीच सहभाग नव्हता!'

मेजर जनरलनी ही चर्चा आणखी पुढे नेली. ते म्हणाले की, 'मुंबईवर अलीकडेच झालेल्या हल्ल्यात बरेच जवान आणि पोलीस मृत्युमुखी पडले. संपूर्ण देश हादरून गेला. गृहमंत्री शिवराज पाटील यांना त्यांचं प्रतिष्ठेचं पद सोडावं लागलं. महाराष्ट्राच्या मुख्यमंत्र्यांवरही गदा आली आणि सरकारमधल्या अनेक प्रमुखांमध्येही उलथापालथ होण्याची शक्यता आहे.

केंद्रातील व राज्याच्या माजी किंवा सध्याच्या गृहसचिवांविरूद्ध अथवा महाराष्ट्राच्या मुख्य सचिवांविरूद्ध काय कारवाई केली गेली हे कुणी आपल्याला सांगू शकेल का? (... असं सांगतात की, त्या सर्वांना लवकरच "बढती" तरी मिळेल किंवा त्यांना पुन्हा नोकरीवर

तरी घेतलं जाईल. असं का? ते माहीत नाही.) 'साऊथ ब्लॉक'मध्ये व आसपास इतकी वर्षं घालवल्यानंतर, मला आपल्या सरकारची रचना ज्या पद्धतीची आहे त्याचं आश्चर्य वाटतं. सरकारी नोकरांचाच वरचष्मा आहे. बढती व पदं या संदर्भात ते इतर सर्वांच्या कितीतरी मैल पुढं आहेत. वित्त आयोगात ते केंद्रस्थानी आहेत आणि कॅबिनेट सचिव प्रत्येक महत्त्वाचा निर्णय प्रक्रियेत सहभागी असतो. तरीही जेव्हा फासे उलटे पडतात तेव्हा ते त्यातून इतके सहीसलामत अलगद बाहेर पडतात की हे कसं काय घडलं याचं आश्चर्य वाटावं!

हेच आणखी जरासं जवळून अभ्यासलं तर एक गुपित ध्यानात येईल. मी हे अशा प्रकारे मांडते.

▶ कारण हे लोक स्वत: कधीच कुठली गोष्ट करत नाहीत. ते नेहमी इतर कुणालातरी प्रमुख पद देतात. मग त्याला ''नावापुरता प्रमुख'' कसा ठेवायचा ते त्यांना माहीत असतं. (वित्त आयोगांमध्ये, त्यांच्याकडे निवृत्त न्यायाधीश असतो.) ते स्वत: मात्र अशा स्थानी राहतात जिथे त्यांना वजन वापरण्याची जास्तीत जास्त संधी मिळेल.

▶ एखाद्या घटनेनंतर, ते कधीही प्रेस अथवा प्रसारमाध्यमांना सामोरे जात नाहीत. त्यांची ठोस अशी भूमिका नसते.

▶ त्यांच्यातील वरिष्ठ पत्रावर अथवा हुकूमावर क्वचितच स्वाक्षरी करतात. आमच्या निवृत्ती पत्रावर संचालक महोदयांची स्वाक्षरी असते, आणि ते थेटनेमणूक झालेले आयएएस अधिकारी नसतात. संयुक्त सचिवांनी स्वाक्षरी केलेला कागद तुम्हाला क्वचितच पाहायला मिळेल. त्या स्तराच्या वरचे अधिकारी कोणत्याही कागदपत्रावर स्वाक्षरी करत नाहीत.

▶ त्यांची मजबूत संघटना असते आणि ती आपल्या सदस्याचं हित कर्तव्यतत्परतेने व परिश्रमपूर्वक जपते.

आपल्याकडे संरक्षण मुख्यालय आहे. तिथे सर्व वरिष्ठ संरक्षण अधिकाऱ्यांची नियुक्ती आणि बढती त्यांना मिळणारी बक्षीसं आणि त्यांचं अवमूल्यन या सर्वांचं नियंत्रण अशा मुलकी सरकारी अधिकाऱ्यांकडून केलं जातं. एवढंच नव्हे तर शस्त्रं व सामग्री मिळवण्याच्या प्रक्रियेमध्ये सुद्धा त्यांचा शब्द अंतिम असतो; तरी काहीही चुकीचं घडलं तरी त्याला

ते ‘जबाबदार’ नसतात! ही जबाबदारी नसलेली अधिकारपदं असतात.

मेजर जनरल गेल्यानंतर, माझ्या मनात विचारांचा गोंधळ माजला. आपण कशा प्रकारची ‘सिस्टम’ विकसित केली आहे... आणि ती इतकी वर्षं कशी काय टिकाव धरून राहिली आहे? हे काहीसं अशा एखाद्या युनिटसारखं वाटतं जिथे कारकूनच ते युनिट चालवत आहेत आणि मुख्य अधिकारी हेड क्लार्क वर इतका अवलंबून आहे की, त्याच्यावाचून त्या अधिकाऱ्याचं पान हलत नाही!

जनरलनी उपस्थित केलेल्या प्रश्नांना कुणी सयुक्तिक उत्तरं देऊ शकेल का?

ता. क. (आमच्या टीम सदस्यांपैकी एकानं म्हटलं आहे.)

राजकारणी लोक ते ज्या लोकांचं प्रतिनिधित्व करतात त्यांचा पोशाख घालतात. सैनिक आणि पोलीस गणवेश घालतात. पण सरकारी नोकर काय परिधान करतात ते कुणी सांगू शकेल का?

त्यावर एकानं चेष्टेनी उत्तर दिलं,

‘‘सरकारी नोकर (काही अपवाद वगळता) गेंड्याचं कातडं परिधान करतात.’’

‘मिलीयन डॉलर’ प्रश्न असा आहे की त्या कातडीची ‘‘जाडी’’ कोण मापू शकेल?

दुसरं कुणी नाही... आपले प्रामाणिक आणि बऱ्यावाईटाचं उत्तम भान असणारे धुरंधर राजकारणी...

असे लोक दुर्मीळ आहेत, पण ते हे करू शकतील...

आम आदमीचा लढा

वाढता गैरकारभार आणि प्रशासनावरचा कमी होत चाललेला विश्वास. अशा परिस्थितीत आपण, हे काळंकुट्ट मळभ दूर करून पुन्हा सुराज्य आणण्यासाठी काही करू शकतो काय? आपण, नागरिक या नात्यानं जनतेचा विश्वास पुन्हा पूर्ववत होण्यासाठी काही विशिष्ट उपाययोजना करू शकतो काय? आणि जर करू शकतो असं वाटत असेल, तर त्याचा आरंभ कुठून करायचा? यासाठी पुढाकार कुणी घ्यायचा? सगळ्या बाबतीत फक्त समाजाच्या वरच्या स्तरावरूनच पुढाकार घेतला जावा काय?

समाजातील निरनिराळ्या समुहांनी देशभर भ्रष्टाचारविरोधी आंदोलनासाठी पुढाकार घेतल्यापासून एक प्रश्न सतत समोर येत आहे, तो म्हणजे - लोकांना दररोज ज्या प्रकारच्या भ्रष्टाचाराला तोंड द्यावं लागतं, त्याचं काय? दैनंदिन छळणूक करणारा हा भ्रष्टाचार सामान्य माणसाला धान्य, वाहन चालवण्याचा परवाना, पोलिसांकडून प्रतिसाद, इत्यादी अत्यावश्यक बाबींसाठी लुबाडत असतो. नगरपालिका, कारखाने, कामगार, आरोग्य, अन्न अथवा सुरक्षा अशा विभागांच्या निरीक्षकांच्या मागण्यांमुळेही छळणूक होत असते.

आपण जेव्हा 'सरकार' म्हणतो, त्यावेळी सामान्य माणसाच्या मनात काय येतं? तो त्याचा संबंध फक्त उच्चपदस्थ सार्वजनिक अधिकाऱ्यांशी लावतो का त्याखालच्या पदस्थ अधिकाऱ्यांशीही लावतो? जर याचं उत्तर-संपूर्ण नोकरवर्ग असं असेल तर मग फक्त नेतृत्वावरच खापर फोडणं म्हणजे कनिष्ठांनी आपल्या वाट्याची जबाबदारी जाणूनबुजून

टाळण्याचा प्रकार आहे.

यात पुढं जाऊन असं म्हणता येईल की, अधिकाऱ्यांना त्यांचं कर्तव्य बजावण्यासाठी वरून सूचना येईपर्यंत वाट पाहायला लागू नये, तर त्यांना, ते स्वाभाविक जबाबदारी म्हणून, कसल्याही भीती वा मेहेरबानीविना करता यावं. याचाच अर्थ असा आहे की, प्रत्येक स्तरावर प्रत्येकानं आपल्या कामाची वैयक्तिक जबाबदारी घेतली पाहिजे... सर्वोच्च पदावरील अधिकाऱ्यांपासून ते निम्नस्तरीय कामगारांपर्यंत.

हे समजून घेण्याची गरज आहे. सरकारी सेवेतल्या प्रत्येकानं त्याला नेमून दिलेली भूमिका आणि त्याच्या पदाच्या जबाबदाऱ्या पार पाडणं हे त्याचं कर्तव्यच आहे.

त्यामुळं, आपण जेव्हा म्हणतो की, आमचा सरकारवर विश्वास नाही किंवा एखाद्या विशिष्ट खात्यावर विश्वास नाही तेव्हा आपण सगळ्या यंत्रणेबद्दल - वरपासून खालपर्यंत, सगळ्यांबद्दलच अविश्वास व्यक्त करत असतो.

मग *आम सरकारी* अधिकाऱ्यांकडून – इतरवेळी, ते सुद्धा आम आदमीच असतात – *आम आदमीची* छळवणूक होत असल्याच्या तक्रारींना काय उत्तर आहे? तक्रार असणारे *आम सरकारी* अधिकारी गरीब *आम अदमीला*, त्याच्या मूलभूत गरजा व हक्क यांपासून का वंचित ठेवतात? एक छोटा मासा दुसऱ्या छोट्या माशाला का खात आहे? हे त्यांना कशामुळे करणं भाग पडतंय? ते गुलाम आहेत का? ज्यामुळे त्यांना अप्रामाणिक आदेश पाळण्यावाचून पर्यायच नसतो (असं काहीजण म्हणतात), अशी अवस्था आहे का? ते *आम आदमी* कडून जबरदस्तीनं जेवढे पैसे मिळवतात त्याच्याशी, त्यांच्या बढतीचा व नोकऱ्यांचा संबंध असतो का? आणि सगळ्यात महत्त्वाचं म्हणजे *आम आदमी* शरणागती का पत्करतो?

आम आदमीने सरकारी अधिकाऱ्याच्या भ्रष्टाचाराला विरोध करण्यासाठी एकत्र येण्याची गरज आहे. त्यासाठी आम आदमी सेवा केंद्रांची स्थापना केली पाहिजे. स्त्रिया, तरुण किंवा शेजारीपाजाऱ्यांचा सहभाग असलेल्या स्वयंसेवकांच्या समूहांनी भ्रष्ट लोकांविरूद्ध आवाज उठवला पाहिजे. हाताची पाच बोटं जरी ताकद म्हणून छोटी वाटत असली तरी ती एकत्र येतात तेव्हा त्यांची दमदार मूठ बनते.

> *आम आदमीनं आम सरकारी अधिकाऱ्याच्या भ्रष्टाचाराला विरोध करण्यासाठी एकत्र येण्याची गरज आहे.*

आपण वरच्या स्तरावरील भ्रष्टाचाराशी दोन हात केले पाहिजेत हे खरं असलं तरी, आपण खालच्या स्तरावरसुद्धा त्याचा सामना केला पाहिजे, कारण याच स्तरावर सामान्य माणसावर त्याचा सर्वात जास्त परिणाम घडतो. कोणत्याही ठिकाणी, कितीही प्रमाणात भ्रष्टाचार असला, तो खालच्या श्रेणीतल्या अधिकाऱ्याकडून घडला असला किंवा सर्वोच्च पदावरच्या अधिकाऱ्याकडून घडला असला तरी त्याविरूद्ध आवाज उठवण्याची वेळ आता येऊन ठेपली आहे.

त्यासाठी, समविचारी सुयोग्य माणसांनी एकत्र येण्याची गरज आहे. लोकांनी एकसंघ समूह तयार करायला हवेत आणि या 'भिकारी' लाचखाऊंना लाच मागायची सुद्धा भीती वाटायला हवी, अशी परिस्थिती निर्माण करायला हवी. हे परिवर्तन प्रथम अंमलबजावणी यंत्रणेनी घडवावं याची आपण वाट पाहू शकत नाही. आपण सर्व नागरिकांनी आपल्या स्वत:च्या नैतिक सामर्थ्यानिशी याला आव्हान द्यायला हवं, एकता आणि एकसंघतेच्या सामर्थ्याच्या बळावर.

सध्याची पिढी भ्रष्टाचाराच्या तडाख्यानं बिघडलेली आहे. आपल्या पुढच्या पिढ्यांना याचा संसर्ग होऊ नये म्हणून आपण त्यांना जपलं पाहिजे नाहीतर हा देश या 'वाळवी आणि गिधाडं' यांच्या भक्ष्यस्थानी पडेल.

आपण सर्वांनी बिगर- राजकीय स्तरावर एकत्र यायला हवं आपण आपले वैयक्तिक मतभेद बाजूला सारून, भ्रष्ट अधिकाऱ्यांचे मग ते वरिष्ठ असोत वा कनिष्ठ - बळी ठरणं थांबवलं पाहिजे. आपण आवाज उठवलाच पाहिजे. आपण भ्रष्ट अधिकाऱ्यांना शरमेनं मान खाली घालायला लागण्याची भीती ठसवली पाहिजे.

केंद्रामध्ये 'लोकपाल विधेयक' नामक अधिक कठोर कायदा असण्याची काय गरज आहे हे देशाला कळण्याची आवश्यकता आहे. सध्या देशात उच्चस्तरावरच्यांना पकडण्यासाठी कुणीच नाही. त्याचमुळे देशाला करोडो रुपये गमवावे लागतात. एकदा या संदर्भात प्रभावी कायदा झाला की, पैसा मोठ्या प्रमाणात वाचेल आणि तो पैसा देशाच्या विकासासाठी वापरता येऊ शकेल.

नागरिक सेवा केंद्र अथवा *आम आदमी सेवा* केंद्र म्हणून कार्यरत असणारे सामाजिक समूह भ्रष्टाचाऱ्यांविरूद्ध लढण्यासाठी मैदानात उतरून आवाज उठवू शकतात. लोक टोल्यास टोला देत नाहीत त्यामुळे भ्रष्ट अधिकाऱ्यांना, ना पकडलं जाण्याची भीती असते, ना कसल्या कठोर शिक्षेची. सरकारी सेवेतले भ्रष्टाचारी कोणत्याही श्रेणीचे असोत, आपण त्यांचं कृत्य जगासमोर आणण्याची भीती आणखी गडद केली पाहिजे. जो कुणी 'सेवेसाठी सेवेत' असताना लाच मागतो तो 'भिकाऱ्या'पेक्षाही खालच्या थराचा असतो, त्याला 'भिकारी' हेच नाव दिलं पाहिजे आणि योग्य शिक्षा दिली पाहिजे!

भ्रष्टाचाराचा कर्करोग रोखा

अलीकडं घडलेल्या घोटाळ्यांच्या मालिका म्हणजे राष्ट्रीय स्तरावरची वाटमारी आहे आणि यात लूट झाली आहे ती दोन लाख कोटी रुपयांपेक्षा जास्त रकमेची. देशासाठी किती लाजिरवाणी गोष्ट आहे ही!

या लुटीचे स्त्रोत आहेत टूजी स्पेक्ट्रम घोटाळा, राष्ट्रकुल क्रीडास्पर्धा घोटाळा, मुंबईतील आदर्श घोटाळा आणि कर्नाटकातील घोटाळा.

टूजी स्पेक्ट्रम घोटाळ्यातल्या लुटीची रक्कम सर्व भारतीयांना अन्नसुरक्षा देण्यासाठी आवश्यक असलेल्या रकमेच्या किंवा एनआयईपीएच्या अंदाजानुसार सर्वांना पुढची पाच वर्षं शिक्षण देण्यासाठी आवश्यक असलेल्या रकमेच्या जवळपास दुप्पट आहे; तर यंदाच्या २२,३०० कोटी रुपयांच्या आरोग्यविषयक अंदाजपत्रकाच्या आठपट आहे.

भारतातील भ्रष्टाचाराशी दोन हात करणं म्हणजे दुसरं स्वातंत्र्ययुद्ध लढण्यासारखंच आहे. ही समस्या इतकी गंभीर आहे की, ती दूर करण्यासाठी 'नि:स्वार्थी' महात्मा गांधींची आणि त्यांना पाठिंबा देणाऱ्या, उत्कट भावनेनं भारलेल्या कार्यकर्त्यांच्या फळीची गरज आहे. या क्रांतीमध्ये लेखक, वक्ते, समाज सुधारक, लोकांच्या आदरास पात्र असलेले आदर्श लोक व सन्मान्य मार्गातल्या सर्वांचीच गरज आहे. त्याहून महत्त्वाचं म्हणजे या चळवळीला प्रसारमाध्यमांची गरज आहे... दबाव ठेवण्यासाठी.

याचं कारण असं की, भ्रष्टाचाराचा कर्करोग आपल्या राज्यकारभाराच्या नसानसांत भिनला आहे. सशस्त्रदले आणि न्यायसंस्थेतील काही सदस्य यांचा नुकताच पर्दाफाश झाला आहे. आपल्या नोकरशाहीतले

सरकारी बाबू, वरिष्ठ स्तरावर सर्वांत कमजोर आहेत आणि खालच्या स्तरावरचे असंवेदनाक्षम आहेत.

आपल्या खाजगी क्षेत्राकडं भरपूर पैसा आहे. त्याची त्यांच्यापेक्षा खालच्या दर्जाच्या लोकांना भुरळ पडू शकते. अगदी सुरुवातीपासूनच आपल्या निवडणूक पद्धती भ्रष्टाचाराला कारणीभूत ठरणाऱ्या आहेत. त्यांची निधीसंकलनाची पद्धत या साऱ्याचा आरंभ करते आणि मग हे आपल्या यंत्रणेचं दुखणं बनतं. निधी देणाऱ्याच्या उपकाराची परतफेड ते घेणाऱ्याला करावीच लागते. मालमत्ता खरेदी, जमिनीचे व्यवहार व संपादन याबाबतीतली आपल्याकडची अपारदर्शक पद्धती समांतर अर्थव्यवस्था चालवते.

आपल्या दक्षता यंत्रणा मूळात सदोष आहेत व त्या जाणूनबुजून तशा ठेवण्यात आलेल्या आहेत. त्या कमकुवत जाळ्यासारख्या आहेत, ज्यामध्ये तुम्ही फक्त गोल गोल वेढे घेत राहता. कोणताही दक्षता अथवा भ्रष्टाचार विरोधी विभाग स्वतंत्र नाही किंवा त्यांना कुठलाही अंतिम अधिकारही नाही. एकतर ती संस्था शिफारसी सुचवण्यासाठी तरी असते किंवा ती राजकीय दडपणांमुळे निष्प्रभ तरी झालेली असते.

शिवाय आपल्याकडं सुस्पष्ट वर्गभिन्नताही आहे. आपल्याकडं गरिबांसाठी पोलीसठाणी आहेत आणि श्रीमंतांसाठी सीबीआय, सीव्हीसी व कॅग आहेत. श्रीमंतांसाठी भरभक्कम पैसे मोजून कायदेशीर पाठिंब्याची भिंत उभी करून जामीन, पॅरोल आणि अटकपूर्व जामीनसुद्धा आहेत. गरिबांसाठी घामट, दुर्गंधीनं भरलेल्या, कोंदट कोठड्या आहेत, तर श्रीमंतांसाठी, त्यांच्या पैसे मोजण्याच्या क्षमतेनुसार वातानुकूलित रुग्णालयं आहेत.

आपल्या देशात अगदी स्पष्टपणे न्यायाचे दोन प्रकार आहेत, याला अपवाद अगदी मोजके आहेत.

'भ्रष्टाचार हा नियमच आहे, प्रामाणिक असणं हा अतिभाबडेपणा आहे...' ही सध्याची मनोभूमिका आहे. भ्रष्टाचार जितका मोठा, तितकी त्यातून बक्कळ संपत्ती घेऊन बाहेर पडण्याची खात्री. गुन्हा जितका छोटा, तितकी त्यात पकडलं जाण्याची, निलंबित होण्याची व अटक होण्याची शक्यता जास्त. मोठा भ्रष्टाचार हा भरपूर संपत्ती व राज्यकारभारात स्थानसुद्धा मिळवण्याचा खात्रीशीर मार्ग आहे.

लोकांना कोण भ्रष्टाचारी आहेत आणि भ्रष्टाचाराला ऊत का आला आहे, ते माहीत आहे. तरीही आपण त्यांना पुन:पुन्हा निवडून देतो. त्यामुळे आपण त्यांना आणखी माया जमवण्याची व राजकीय सत्ता काबीज करण्याची वैधताच बहाल करतो. देश, देशाच्या 'सेवा' आणि काही मोजके अपवाद वगळता त्याचे 'सेवक' विक्रीला निघालेले आहेत. काही जबाबदारीच्या पदांवरच्या बहुतेक व्यक्तींची 'किंमत' असल्याचे दिसते अगदी सर्वात खालच्या पदापासून ते सर्वोच्च पदापर्यंत ही किंमत त्या व्यक्तीच्या फाजील अविचारी धाडसावर व उपद्रव मूल्यावर अवलंबून असते.

प्रश्न असा आहे की, अशी संस्था योग्यरीत्या कार्यरत राहावी यासाठी कोण साहाय्य करणार? सत्तेतल्या ज्या लोकांमुळं हे घडतंय तेच लोक?

देशाच्या दक्षता यंत्रणेमध्ये पूर्णपणे दुरूस्ती व सुधारणा होण्याची आवश्यकता आहे. देशाला कायद्याने प्रस्थापित, स्वतंत्र, चौकशी व खटला चालवण्याचे काम पाहणाऱ्या संस्थेची गरज आहे. या संस्थेला भारताच्या 'कॅन्सॉलिडेटेड फंडातून अर्थपुरवठा व्हावा. या संस्थेचं स्वत:चं बजेट असावं. ही संस्था 'टॅलेन्ट सर्च' द्वारे गुणवत्तेच्या निकषावर निवडली जावी आणि राजकारण्यांच्या लहरींचा परिणाम टाळण्यासाठी या संस्थेचा कार्यकाल ठरावीक असावा. सध्याच्या सगळ्या संस्थांची भूमिका फक्त शिफारसीपुरती आहे त्यामुळे या संस्थेची भूमिका निर्णायक असणं गरजेचं आहे.

एकेकाळी हाँगकाँगमध्येही भ्रष्टाचाराचा असाच बुजबुजाट होता. त्यावेळी लोक रस्त्यावर उतरले. आणि या बेटाला स्वतंत्र संस्था स्थापन करणं भाग पडलं... निरनिराळ्या क्षेत्रांतील सक्षम स्त्री-पुरुषांद्वारे चालवली जाणारी स्वायत्त संस्था. अशा प्रकारे तेथील सगळी व्यवस्था स्वच्छ धुवून निघाली.

प्रश्न असा आहे की, अशी संस्था योग्यरीत्या कार्यरत राहावी यासाठी कोण साहाय्य करणार? सत्तेतल्या ज्या लोकांमुळं हे घडतंय तेच लोक? नाही! यासाठी साहाय्य करायला हवं ते भारतातील जनतेनं.... त्यासाठी सर्वांनी संघटित होणं गरजेचं आहे. त्यासाठी

आपल्या जनतेचं योग्य प्रबोधन होणंही महत्वाचं आहे. भारतातील दक्षता यंत्रणा किती प्रभावहीन आहेत याबद्दलचं घोर अज्ञान दूर करण्यासाठी भारतीय जनतेला माहिती देण्याची गरज आहे.

सर्वात महत्त्वाचं म्हणजे, अस्तित्वात असलेल्या यंत्रणांपैकी कोणत्याही यंत्रणेकडं पूर्णत: सत्ता नाही. राज्यातील भ्रष्टाचार प्रतिबंधक व दक्षता यंत्रणा, सीव्हीसी आणि कॅग फक्त शिफारस करू शकतात आणि सीबीआय राजकीय निर्बंधामुळे कमकुवत ठरते. सरकारचे प्रस्तावित लोकपाल याच प्रकारचं आहे. ते फक्त शिफारस करू शकतात. पण कारवाई करू शकत नाही आणि नोकरशहा – जेव्हा तेच मुख्य संशयित असतात तेव्हा ते – त्याच्या कार्यकक्षेत येत नाहीत.

आपण सर्व जनतेनं पहिलं पाऊल उचललं आहे. बाबा रामदेव व अण्णा हजारें यांच्यासह आम्ही अकराजण एकत्र येणार आहोत आणि नवी दिल्लीत २०१० मध्ये झालेल्या राष्ट्रकुल क्रीडास्पर्धे दरम्यानच्या भ्रष्टाचाराच्या अगणित प्रकरणांचा तपास व्हावा यासाठी पोलीसांत औपचारिक तक्रार दाखल करणार आहोत. आता तपास यंत्रणा किती बारकाईनी व किती झटपट कारवाई करते तेच पाहायचे आहे.

आपण, सर्व जनतेनी बळी ठरणं थांबवलं पाहिजे. आपल्याकडून लूटलेला पैसा परत मिळवण्याची आणि लुटारुंना आजन्म तुरूंगात टाकण्याची मागणी केली पाहिजे.

जय भारत!

पोलीस खात्यातील भ्रष्टाचार : तो थांबवण्याचे पाच ठोस उपाय

ॲथेन्स – ग्रीस मध्ये आयोजित केलेल्या तेराव्या आंतरराष्ट्रीय भ्रष्टाचारविरोधी परिषदेला हजर राहून मी भारतात परत येत आहे. या परिषदेत १३० हून अधिक देश सहभागी झाले होते. त्यामध्ये अनेक सरकारांचे प्रमुख होते. ग्रीसच्या राष्ट्राध्यक्षांनी त्यांच्या भाषणात, ते सर्वजण सरकारचा कारभार प्रामाणिक होण्यासाठी करत असलेल्या प्रयत्नांची माहिती दिली. यात संयुक्त राष्ट्रसंघाचे वरिष्ठ अधिकारी, भ्रष्टाचारविरोधी संस्थांचे प्रमुख, सरकारी अधिकारी, स्वयंसेवक, बिगर-सरकारी संस्था आणि प्रसारमाध्यमं सामील होती.

या द्वैवार्षिक परिषदेच्या निमित्तानी आंतरराष्ट्रीय समुदाय एकत्र येतो. खाजगी व सार्वजनिक क्षेत्र यांच्या कार्यपद्धतींचा विचार मुख्यत्त्वे डोळ्यासमोर ठेवून, जीवनाच्या सर्व क्षेत्रांत सचोटी वृद्धिंगत व्हावी यासाठी जाणीवपूर्वक कोणते उपाय करता येतील यावर त्यावेळी विचारमंथन केलं जातं.

मी संयुक्त राष्ट्रसंघाच्या विकास कार्यक्रमात निमंत्रित म्हणून 'पोलीस खात्यातील भ्रष्टाचार' या विषयावरील कार्यशाळेत भाषण दिलं. माझ्यासोबत आणखी चार वक्तेही निमंत्रित होते. या विषयावर मी माझ्या ज्या कल्पना तिथं मांडल्या त्या तुमच्यासोबत 'शेअर' करत आहे.

मी तिथे असं मत मांडलं की, भ्रष्टाचार हा विश्वासघाताचा गुन्हा आहे, गुन्हेगारी गैरकृत्य आहे. गुन्हेगारी स्वरूपाची चोरी, फसवणूक,

अमानवी हाव आणि पाप आहे. तसंच जबाबदारीच्या पदाचा किंवा अधिकाराचा गैरवापर आहे. या सगळ्याचा देशाचा विकास व सुरक्षा यांवर अल्पकालीन तसंच दीर्घकालीनही परिणाम घडतो.

गुन्ह्यांमध्ये वाढ आणि भयावह हल्ले हासुद्धा भ्रष्ट पोलीस यंत्रणेचाच परिणाम आहे. भ्रष्टाचार हा फक्त आर्थिक संदर्भातच असतो असं नाही; तो हेतू, प्रक्रिया. पद्धती, साधन स्त्रोतांचा वापर आणि समाजातील कमजोर घटकांना दिल्या जाणाऱ्या सेवेचा दर्जा यांमध्येही असतो.

पोलीस खात्यात भ्रष्टाचार फोफावण्याची पाच प्रमुख कारणं मी तिथं सांगितली, ती अशी :

- पहिलं आणि प्रमुख कारण : आपल्याकडं अयोग्य कारभार चालवणारे राजकीय 'मालक' असतील, तर त्यांच्या लेखी राजकारण हा त्यांचा वैयक्तिक धंदा असतो आणि सुधारणा व सेवा, या फक्त दाखवण्याच्या गोष्टी असतात. त्याच्याशी त्यांचं काही देणंघेणं नसतं.
- दुसरं कारण : सत्तेचा वापर व योग्यायोग्यता ठरवण्याच्या अधिकारावर संस्थात्मक वचक अगदी कमकुवत असणं. उदाहरणादाखल सांगायचं तर, अतिशय महत्त्वाच्या नेतृत्व पदांवर नियुक्ती करण्याची पद्धती.
- तिसरं कारण : निर्णय उजेडात न येणं. योग्यरीत्या व नीट काळजीपूर्वक कारवाई झाली का, हे कुणाला कधीच कळत नाही.
- चौथं कारण : नागरी समाज कमकुवत असणं, संघटित नसणं, व त्याला सत्तेला आव्हान देण्याची भीती वाटत असणं.
- पाचवं कारण : गरीब व असाहाय्य लोक मोठ्या संख्येनं असल्यामुळे पिळवणुकीसाठी पूरक पार्श्वभूमी लाभणं.

पोलीस मुख्यत: लाभ उठवतात अशी भ्रष्टाचाराची पाच प्रमुख क्षेत्रे :

- एक : गुन्ह्यांची नोंद करताना योग्यायोग्य ठरवण्याचा अधिकार.
- दोन : चौकशी, अटक, तपास व फौजदारी खटला चालवणं या प्रक्रियेत अप्रामाणिकपणा.
- तीन : संघटित गुन्ह्यांचे अड्डे, अवैध उद्योग यांच्या तपासणीत 'निवड' करणं, 'वॉन्टेड' लोकांना आश्रय देणं आणि अशाच प्रकारच्या बाबी.

- चार : आरोपांचं गांभीर्य कमी करणं किंवा प्रत्यक्षात काहीच नसलं तरी त्याचं गांभीर्य वाढवणं.
- पाच : कार्यालयीन यंत्रणेचा अपहार किंवा कार्यालयीन साधनस्त्रोतांचा गैरवापर– पेन्सिलीपासून ते सत्तेपर्यंत कशाचाही. भ्रष्टाचाराच्या या पाच क्षेत्रांचे पाच आनुषंगिक परिणाम घडतात असं दिसून येतं. ते असे :

कायद्याच्या अंमलबजावणी संदर्भातील भ्रष्टाचाराशी लढा देण्यासाठी सातत्यपूर्ण कृती आणि भ्रष्टाचारी कृतीबद्दलचा संताप दिसणं आवश्यक आहे.

- एक : पोलिसांचं लक्ष, समाजाची सुरक्षा या मोठ्या मुद्यावरून बाजूला जातं आणि ते खासगी हिताचं रक्षण या मुद्यावर केंद्रित होतं. सदैव व्हीआयपींची काळजी घेणं हा प्राधान्याचा विषय बनतो.
- दोन : पोलीस व जनता यांच्यातलं अंतर वाढतं व पोलीस, लोकांचा विश्वास गमावतात.
- तीन : पोलिसांच्या क्षमतेला मर्यादा येतात. बेकायदेशीरपणा माजतो.
- चार : जेव्हा पोलीसच वेगवेगळ्या प्रकारच्या भ्रष्टाचाराच्या गुन्हेगारी कृत्यात सहभागी असतात, तेव्हा ते स्वत:च समाजविघातक वृत्ती पसरवतात.
- पाच : पोलिसांच्या नेत्याचा हाताखालच्या लोकांवर ताबा उरत नाही.

ही परिस्थिती आपण कशी बदलायची?

त्या कार्यशाळेत मी आपल्या देशासाठी जे पाच उपाय सुचवले ते असे :

- एक : भारतानं संयुक्त राष्ट्रसंघांच्या भ्रष्टाचारविरोधी 'कन्व्हेन्शन'ला मंजुरी देऊन त्याची अंमलबजावणी करण्याचा विचार करावा.
- दोन : पोलीस सेवेचं राष्ट्र व राज्य या स्तरांवर वार्षिक सर्वेक्षण केलं जावं. याला सरकारी निधीद्वारे अर्थसहाय्य मिळावं परंतु ते बिगर सरकारी संस्था व पोलीस यांच्या संयुक्त समूहाद्वारे केलं जावं. या सर्वेक्षणाच्या निष्कर्षांवर जाहीर चर्चा व्हावी ज्यायोगे त्याचं विस्तृत

मूल्यमापन होईल.

▶ तीन : नागरी समाज सक्रीय व जोमदार असण्याची अत्यंत निकड आहे. www. saferindia.com आणि www. indiapolice.in सारख्या संकल्पनांतून राष्ट्रीय चळवळ निर्माण होण्याची गरज आहे. त्याद्वारे गुन्ह्यांची नोंद व नंतरच्या प्रक्रियांमध्ये पोलिसांकडे असणाऱ्या अधिकाराचा समतोल राखला जाईल.

▶ चार : गुन्हेगारी रोखण्यासंदर्भात व सामाजिक सुरक्षेसंदर्भात तरुण पिढीला त्यांची जबाबदारी कळावी यासाठी तरुणांचा अगदी पदवीशिक्षण घेणाऱ्या तरुणांचाही पोलीस सेवेत कॅडेट म्हणून सक्रिय सहभाग असला पाहिजे.

▶ पाच : 'गुड पोलीस इंडेक्स' (GPI) ची अत्यंत निकड आहे. याद्वारे प्रत्येक देशातील पोलीस यंत्रणेचं योग्य मूल्यमापन होईल. माहिती तंत्रज्ञानाचा वापर, प्रशिक्षण, कर्मचारी कल्याण कायदे अद्ययावत बनवणं, प्रसारमाध्यमांपर्यंत पोहोचणं, सामाजिक व इतर संबंधित बाबींतील धोरणं, न्यायालयीन जाहीर निवेदनांप्रती आदर अशा निकषांद्वारे हे मूल्यमापन करता येईल.

मी या संदर्भात समारोप करताना म्हणाले,

कायद्याच्या अंमलबजावणी संदर्भातील भ्रष्टाचाराशी लढा देण्यासाठी सातत्यपूर्ण कृती आणि भ्रष्टाचारी कृतीबद्दलचा संताप दिसणं आवश्यक आहे. हे करताना अनेकांना मौनभंग करावा लागणार आहे.

संघटित भ्रष्टाचारी राजकारणाला 'दंश करण्यासाठी' आपल्याला आणखी कितीतरी 'मधमाशांची' गरज आहे.

मी ज्या मुख्य शिफारसी सुचवल्या त्यातल्या बऱ्याचशा शिफारसी परिषदेच्या अखेरीस केलेल्या ठरावांमध्ये समाविष्ट झाल्या.

खेदाची गोष्ट म्हणजे, त्या परिषदेला आमंत्रण असूनही (तसं आम्हाला सांगण्यात आलं) आपल्या सरकारकडून कुणीही उपस्थित नव्हतं. बाकी सगळ्या जगानं या कल्पना उचलल्या.

धाडस ही काळाची गरज आहे

गेल्या काही दिवसांत दोन गंभीर गुन्हे घडले आहेत. पहिला गुन्हा म्हणजे, गुन्हे व भ्रष्टाचार या विषयावर वृत्तांकन करणाऱ्या ज्येष्ठ पत्रकाराचा खून आणि दुसरा गुन्हा म्हणजे - पोलीस स्टेशन बाहेर गळफास लावून लटकत असलेल्या एका अल्पवयीन मुलीचं प्रकरण. तिच्या आईवडिलांनी हा बलात्कार व खुनाचा प्रकार असल्याचा आरोप केला होता, तर ही आत्महत्येची केस आहे असं पोलिसांचं म्हणणं होतं. दरम्यान बऱ्याच पोलिसांना निलंबित करण्यात आलेलं आहे... ते पुन्हा पदावर कार्यरत होतीलच, कारण लोकांची स्मरणशक्ती अगदी अल्प असते.

मुंबईत प्रसारमाध्यमांतील बांधव, मोठ्या संख्येनं त्या पत्रकाराच्या बाबतीतील घटनेचा निषेध करण्यासाठी एकवटले. त्यांनी तर मुख्यमंत्र्यांवरसुद्धा प्रश्नांची सरबत्ती केली आणि त्यांचा मुंबई पोलिसांवर विश्वास नसल्याचं जाहीर केलं. या प्रकरणाची दाद मागण्यासाठी आम्ही मुंबई उच्च न्यायालयात जाणार आहोत असं त्यांनी सांगितलं आणि या प्रकरणी सीबीआय चौकशीचीही मागणी केली. या पत्रकार बांधवांनी पंतप्रधानांच्या कार्यालयावर मोर्चा काढण्याची व उपोषणाचीही घोषणा केली. गुन्हेगारी, भ्रष्टाचार व 'अंडरवर्ल्ड'शी संबंधित वृत्तांकन करणाऱ्या प्रसारमाध्यमातील लोकांच्या सुरक्षेला जो वाढता धोका निर्माण झालेला आहे, त्याबद्दल त्यांनी तीव्र आस्था प्रकट केली आहे.

त्या अल्पवयीन मुलीच्या प्रकरणात – शवविच्छेदनाच्या दुसऱ्या अहवालात ही खूनाची केस आहे, पण बलात्काराची नव्हे, असं म्हटलं

आहे. सत्य समोर येणार का हे फक्त काळच सांगू शकेल. जो पोलीस या प्रकरणाचा तपास करत आहे त्याच्याविरुद्धच आरोप आहेत.

ही दोन्हीही प्रकरणं प्रथमच घडली आहेत अशातला भाग नाही आणि पुन्हा कधी घडणार नाहीत असंही नाही. मुख्यमंत्र्यांनी पत्रकारांना पुरेसं सुरक्षाकवच मिळण्याची खात्री दिली आहे. आणि प्रकरणाचा उलगडा होईपर्यंत वरिष्ठ पोलीस अधिकाऱ्यांना पोलीसठाण्यात मुक्काम ठोकायला सांगितलं आहे. याचा उपयोग होईल का?... माझ्या मनात विचार आला. आणि पत्रकारांना खात्रीनं जे सुरक्षाकवच मिळणार आहे ते कोणते पोलीस देणार आहेत? आत्ता जेवढ्या संख्येनं पोलीस आहेत तेच पोलीस? पोलिसांची ही संख्या सामान्य पोलीस सेवेसाठीसुद्धा अपुरी आहे.

मुद्दा असा आहे की, सध्या या देशाला ज्या प्रकारच्या आव्हानांना तोंड द्यावं लागत आहे ते पाहता इथं अतिशय एकाग्रतेनं राज्यकारभार होण्याची गरज आहे. त्यासाठी आता कार्यक्षम – समन्वय व विश्वास यांची गरज आहे. पण या दोन्ही गोष्टींची उणीव दिसते.

पत्रकार म्हणतात की, त्यांचा पोलीस दलावर विश्वास नाही. त्यामुळे त्यांना सीबीआयनी या प्रकरणी चौकशी करावी असं वाटतं. सीबीआय अशा किती प्रकरणांचा तपास करू शकेल? जनतेचा त्यांच्याच पोलिसांवर विश्वास नाही, याचं कारण असं आहे की, इतक्या वर्षांत विश्वास चूर-चूर होत आला आहे आणि त्याचे आनुषंगिक परिणाम आपल्या कधी लक्षातच आले नाहीत, तेच आता भोगावे लागत आहेत.

'पोलीस सुधारणा' या गोष्टीकडं कधी महत्त्वाचा प्रश्न म्हणून पाहिलं गेलेलंच नाही. पोलीस यंत्रणेमध्ये मोठ्या प्रमाणात दुरुस्त्या – सुधारणा होणं गरजेचं आहे. पण हे कोण करणार? सध्या प्रत्येक गोष्टीला राजकारणाचा स्पर्श झालेला आहे. आपल्याला निवड करण्याची संधी अगदी थोडी आहे. आपणच आपली मुक्तता करून घेतली पाहिजे. आणि जोवर सचोटी हा आपल्या संपूर्ण कार्याचा केंद्रबिंदू बनत नाही, तोवर मौल्यवान जीव असेच मृत्युमुखी पडत राहणार.... वर नमूद केलेल्या दोन प्रकरणांतल्यासारखे.

पोलीस सेवा हा प्रभावी राज्यकारभाराचा एक भाग आहे. त्यासाठी

> *शस्त्रक्रियेनं एखाद्याची तब्येत दुरुस्त करावी त्यापद्धतीनं आज प्रशासनाची प्रत्येक बाजू दुरुस्त होण्याची गरज आहे. भोगावं लागतंय ते सामान्य माणसाला.*

उच्च दर्जाचं नेतृत्व गरजेचं असतं. राज्याचे मुख्यमंत्रीच भ्रष्टाचारात गुंतलेले असतील तर पोलीस सेवा कशी असणार? एक मुख्यमंत्री (झारखंडचे) तुरुंगात आहेत आणि दुसऱ्या (कर्नाटकच्या) मुख्यमंत्र्यांची राज्य लोकायुक्त चौकशी करत आहेत. अशा परिस्थितीत संपूर्ण राज्य दिशाहीन होऊन जातं. आणि नेतृत्वहीनही! सध्या एक प्रश्न विचारला जातो... आपण सर्कसमध्ये आहोत पण रिंगमास्तर कोण आहे? तो किंवा ती कुठं आहे?

गेली अनेक वर्षं आपण महत्त्वाचे विषय असेच सोडून दिलेले आहेत आणि आता त्याची किंमत चुकवत आहोत.

शस्त्रक्रियेनी एखाद्याची तब्येत दुरुस्त करावी त्यापद्धतीनं आज प्रशासनाची प्रत्येक बाजू दुरुस्त होण्याची गरज आहे. भोगावं लागतंय ते सामान्य माणसाला. आणि प्रसारमाध्यमांनासुद्धा... मुंबईतल्या उदाहरणासारखं.

गेल्या काही पत्रकार परिषदांत मी प्रसारमाध्यमांना प्रश्न करत आहे की, तुमच्यातले काहीजण कोणत्या बाजूचे आहेत? त्यांना काय हवं आहे? त्यांना कार्यक्षम राज्यकारभार हवा आहे की नाही? मग ते, काही अत्यंत महत्त्वाच्या विषयांचा पाठपुरावा का करत नाहीत? उदाहरण सांगायचं तर, आम्ही जेव्हा प्रभावी भ्रष्टाचारविरोधी अधिकारपद असावं अशी मागणी करायला सुरुवात केली तेव्हा या अत्यंत महत्त्वाच्या बातमीची, 'दृश्य आणि मुद्रित' माध्यमांनीही दखल घेतली नव्हती. अण्णा हजारे उपोषणाला बसल्यानंतर याकडं लक्ष वेधलं गेलं. विधेयकाचा मसुदा संकेत स्थळावर असूनही तो न वाचताच 'प्रेस ब्रिफिंग्ज'ला येणाऱ्या प्रसारमाध्यमांतल्या बऱ्याच व्यक्ती मला आठवतात. अनेकजणांनी याबद्दल आधी लिहिलेल्याशी विसंगत लिहिलं.

मी हे सांगण्याचा प्रयत्न करते आहे की, या देशाला प्रभावी राज्यपद्धतीची गरज आहे. ज्यामध्ये सद्सद्विवेकबुद्धीला स्मरून वागणारे नागरिकही समाविष्ट होणं आवश्यक आहे.

जे लोक व्यापक देशहितासाठी कार्य करू इच्छितात ते वेगळे

पडतात दुखावले जातात... अण्णा हजारेंसारखे. अशा परिस्थितीत, फक्त गेंड्याच्या कातडीचे लोकच स्थितप्रज्ञ राहू शकतात. नाजूक कातडीचे लोक माघार घेतात.

मुंबईतल्या पत्रकाराच्या हत्या प्रकरणाबद्दल शोक करणाऱ्या याच प्रसारमाध्यमांनी सिंहावलोकन केलं पाहिजे. पोलिसांत असणं किंवा प्रसारमाध्यमांत असणं हेही एक 'मिशन'च आहे. त्यांना छानसं जीवनमान मिळालं पाहिजे. पण या मिशनच्या सदस्यांनी परिवर्तन घडवण्यासाठी धाडसही दाखवलं पाहिजे. अंगातलं धाडस टिकवून ठेवा. आणि कुणाचीच बाजू घेऊ नका. मग भ्रष्टाचारी लोक शिक्षेच्या भीतीमुळे त्यांच्या कारवाया बेदरकारपणे सुरू ठेवू शकणार नाहीत.

आज गरज आहे ती न घाबरता आपलं मत व्यक्त करण्याचं धाडस असण्याची. गैरकृत्यांविरोधात संघटित होण्याचं धाडस असण्याची. चुकीच्या गोष्टींबाबत प्रश्न उपस्थित करण्याचं धाडस असण्याची. भ्रष्टाचारी व्यक्तीचं आव्हान स्वीकारण्याचं धाडस असण्याची आणि समाजविघातकांना वाळीत टाकण्याचं व त्यांचं खरं रुप उघड करण्याचं धाडस असण्याची. अमूलच्या नव्या जाहिरातीत म्हटलंय तसं... ''करो सही, डरो नाहीं!''

कहाणी दोन्ही विधेयकांची : 'ड्राफ्ट अॅन्ड ग्राफ्ट'

सरकारनं तयार केलेल्या लोकपाल विधेयकात देशातील भ्रष्टाचाराचा सामना करण्यासाठी दोन निरनिराळ्या व असमान स्तरावरचे उपाय आहेत – एक, 'कॉर्पोरेट' भ्रष्टाचारासाठी व दुसरा 'आम आदमी' याच्या संदर्भात.

कित्येक अहवालांमधून, अभ्यासाच्या निष्कर्षांतून व जनमत चाचणीतून विस्तृत पसरलेल्या भ्रष्टाचाराचं अस्तित्व स्पष्टपणे अधोरेखित झालेलं आहे. समाजाच्या सर्व स्तरांतले लोक याचा बळी ठरतात हेही स्पष्ट झालं आहे आणि पिरॅमिडच्या तळाशी असणाऱ्यांना याची सर्वाधिक झळ बसून, त्यांना प्रचंड छळवणुकीला तोंड द्यावं लागतं हेही उघड झालं आहे.

२०११ सालच्या 'एचटी-सी फोर' जनमत चाचणीत स्पष्ट झालं आहे की, दिल्लीतल्या ५१ टक्के रहिवाशांनी विविध खात्यांमध्ये लाच दिली आहे. या यादीत बांधकाम खातं आघाडीवर आहे. त्यापाठोपाठ नंबर लागतो तो विक्रीकर, आयकर, पोलीस आणि शिक्षण या खात्यांचा. लाचेच्या स्वरूपात ३७ टक्के व छळणूक ४२ टक्के – मुख्यत्वे अशा स्वरुपात भ्रष्टाचार दिसून आला आहे.

अलीकडेच 'पोलिटिकल अॅन्ड इकॉनॉमिक रिस्क कन्सल्टन्सी' (PERC) ने परदेशस्थ बिझनेस एक्झिक्युटिव्हजचं सर्वेक्षण केलं. यामध्ये भारतीय नोकरशाही आशिया खंडात सर्वात वाईट असल्याचं आढळून आलं आहे. त्या अहवालात म्हटलं आहे की, ''भारतात

राजकारणी वरचेवर सुधारणा घडवण्याचं आणि भारतीय नोकरशाहीत नवचैतन्य निर्माण करण्याचं वचन देत असतात, पण ते कुचकामी ठरत आहे. याचं मुख्य कारण म्हणजे मुलकी सेवा हे मुळातच सत्ताकेंद्र आहे. त्यांच्याशी संबंध येणं हा कोणत्याही भारतीय व्यक्तीसाठी अत्यंत उद्विग्न करणारा अनुभव ठरू शकतो, मग परदेशी गुंतवणूकदाराबद्दल तर बोलायलाच नको.

प्रसारमाध्यम अभ्यासकेंद्राच्या 'इंडिया करप्शन स्टडी : २०१०'च्या अहवालात अकरा राज्यांमधील दहा हजार ग्रामीण कुटुंबाच्या सर्वेक्षणाचे निष्कर्ष दिले आहेत. त्यामध्ये गरीब जनतेवर परिणाम करणाऱ्या चार प्रमुख क्षेत्रांमधल्या भ्रष्टाचाराची आकडेवारी आहे. ही चार क्षेत्रं म्हणजे – सार्वजनिक वितरण, सामाजिक शिक्षण, पाणी पुरवठा आणि वैद्यकीय सेवा. या सर्वेक्षणात दिसून आलं आहे की, सेवांचा दर्जा 'भीतीदायक' म्हणण्याजोगा खालच्या स्तराचा आहे आणि भ्रष्टाचार... झेलणं अशक्य व्हावं इतका भयंकर... मोठ्या प्रमाणात आहे. या सर्वेक्षणाचा एकूण निष्कर्ष असा आहे की, ९५ टक्के कुटुंबं मागितलेली लाच देतात. यावरून, तक्रार निवार यंत्रणा अजून कमकुवतच आहे आणि सार्वजनिक सेवा देणाऱ्यांमध्ये जबाबदारीची जाणीव नाही असं दिसतं. अधिकृत दावे जरी नेमके याच्या उलट असले तरी – हे दिसून येतं.

'टीम अण्णांच्या जनलोकपाल विधेयकाच्या मसुद्यात नेमक्या याच गोष्टींचा विचार आहे, ते बहुव्याप्त बनवण्यात आलेलं आहे. खेदाची बाब म्हणजे, सरकारच्या मसुद्यात याकडं पूर्णत: कानाडोळा करण्यात आलेला आहे. त्यामुळे 'सिव्हिल सोसायटी'नी सरकारच्या विधेयकाविरुद्ध आवाज उठवला आहे. संसद आणि तिची स्थायी समिती ही गोष्ट सुधारून घेतील अशी आशा आहे.

सरकारी 'लोकपाल विधेयक' (LPB) आणि टीम अण्णानी तयार केलेलं 'जनलोकपाल विधेयक' (JLPB) यामधला महत्त्वाचा फरक आहे, तो प्रत्येक विभागासाठी आखण्यात येणाऱ्या सिटिझन्स चार्टर संदर्भात. अण्णांच्या जेएलपीबी मध्ये अन्यायग्रस्त नागरिकानी जिल्हास्तरीय लोकपाल अधिकाऱ्याकडे दाद मागायला जाण्यासाठी सहज प्रवेश व सक्षम यंत्रणेची तरतूद आहे. लोकपाल अधिकारी खाते प्रमुखाला दंड

बसवून नागरिकाला नुकसानभरपाई देऊ शकेल आणि सर्वसामान्य नागरिकाला हीच सुरक्षा आणि अधिकार असणं तर गरजेचं आहे.

आणि जर स्वत: लोकपालच भ्रष्टाचारी बनला तर, अन्यायग्रस्त नागरिक जिल्हा स्तरावरील स्वतंत्र तक्रार अधिकाऱ्याकडे दाद मागू शकेल. सरकारनी तयार केलेल्या विधेयकात अशी यंत्रणा नाही. याचं मुख्य कारण असं की, सरकारनी तयार केलेल्या मसुद्यात फक्त 'गट अ' मधील सेवा आहेत. 'संयुक्त सचिव' या पदाच्या श्रेणीखालचं कुणीही या कक्षेत येत नाही. त्यामुळं 'आम आदमी' ला ज्या आवश्यक सेवा मिळतात – रेल्वे, बँका, टपाल व तार, संपर्क व दळणवळण, नागरी पुरवठा अशासारख्या केंद्र सरकारी अधिकाऱ्यांशी संबंधित क्षेत्रांतल्या – त्यामध्ये सरकारच्या लोकपाल विधेयकाद्वारे काहीच इलाज होऊ शकणार नाही आणि राज्य सेवांच्या संदर्भात, केंद्र सरकार राज्यस्तरावरील विषय राज्य सरकारांवर सोपवतं.

मजेची गोष्ट म्हणजे, सरकारी विधेयकांच्या मसुद्यात आम आदमीच्या तक्रारींची दखल घेण्याची काहीही तरतूद नसली तरी, त्यात आम आदमीची सक्रियता व पाठिंबा मात्र गृहीत धरलेला आहे. नोंदणीकृत वा नोंदणी न झालेल्या, सरकारकडून अर्थसाहाय्य मिळणाऱ्या अथवा न मिळणाऱ्या, पण कितीही छोट्या प्रमाणात कुठल्याही प्रकारची देणगी घेणाऱ्या, ना-नफा तत्त्वावरील सर्व संस्था लोकपालच्या कक्षेत येतील. त्यांनी 'सिटीझन्स चार्टर' तयार करणं, त्यांच्या जबाबदाऱ्या स्पष्ट करून सांगणं, त्यांचं उल्लंघन झाल्यास जबाबदार धरणं व सार्वजनिक तक्रार निवारण अधिकारी असणंही अपेक्षित आहे.

सरकारच्या लोकपाल विधेयकाच्या मसुद्यात फक्त ६५००० क्लास वन अधिकाऱ्यांनाच या कक्षेत आणण्याची योजना आहे. यामध्ये केंद्र सरकारचे ४० लाख कर्मचारी अंतर्भूत नाहीत. मात्र त्याचवेळी, स्वयंसेवी छोटे समूह किंवा रामलीला, दुर्गापूजा, स्थानिक जत्रा-यात्रा व कार्निवल्ससारख्या छोटे उत्सव साजरे करणारे समूह, सण अथवा उत्सव सोहळे यांसाठी निधी उभा करणारे लोक अशा लक्षावधी माणसांना सरकार, त्यांच्या लोकपाल विधेयकाच्या कक्षेत आणत आहे. रोटरी, लायन्स, जेसीज, वायएमए, रेसिडन्ट वेल्फेअर किंवा

बाजार समिती, व्यवस्थापन समूह, छोट्या-मोठ्या संघटना अथवा मंडळे, क्रीडामंडळं असे संघटित समूह या कक्षेत आणले आहेत. यातलं कुणीही वगळलेलं नाही.

ही तरतूद का आणि कुणाच्या कल्याणासाठी करण्यात आली आहे, ते गूढ आहे. बहुधा दुर्बलांना घाबरवण्यासाठी असावं. यामुळे सक्रियतेला खचितच खीळ बसेल आणि छळणुकीला वाव निर्माण होईल. याचं उदाहरण सांगायचं तर एखाद्या 'पटवारी'नी भ्रष्टाचारी कृत्य केलं, तर ते लोकपालाच्या अधिकारकक्षेत येणार नाही. पण जर त्याच खेड्यातल्या एखाद्या छोट्याशा क्रिकेटमंडळानं आर्थिक घोटाळा केला तर त्यांच्यावर लोकपालद्वारे कारवाई होऊ शकेल.

सरकारच्या लोकपाल विधेयकाद्वारे आम आदमीला अधिकार प्राप्त होणं, त्याला अधिक सुकर होणं आणि त्याला प्रभावी भ्रष्टाचार विरोंधी यंत्रणेपर्यंत खात्रीनी पोहोचता येणं या गोष्टी तर नाहीतच, पण या सरकारी लोकपाल बिलातून त्याच्या हाती काहीच लागत नाही. मात्र जर आम आदमी सामाजिक कार्यकर्ता असेल, त्याला समाजासाठी काहीतरी करायची इच्छा असेल, म्हणून त्यानी अगदी छोटीशी जरी देणगी जमवली, तरी त्याला लोकपालाच्या शंकांची उत्तर द्यावी लागतील. याउलट, अण्णांच्या जनलोकपाल विधेयकाच्या मसुद्यात फक्त अशा बिगर-सरकारी संस्था लोकपालाच्या कक्षेत आणण्याचा प्रस्ताव आहे, ज्यांना भरभक्कम सरकारी निधी मिळतो.

सरकार आम आदमीला अवाढव्य सार्वजनिक खर्चाद्वारे कित्येक योजना देण्याचं कबूल करत आहे. पण त्यासाठी प्रभावी भ्रष्टाचार-विरोधी यंत्रणेची व्यवस्था नाही. जबाबदार आणि पारदर्शी पद्धतीच्या अभावामुळे या सार्वजनिक निधींना अशीच वाट फुटत राहणार. अण्णांच्या जनलोकपाल विधेयकात सामाजिक लेखापरीक्षणासह इतरही अनेक सुरक्षा उपायांची तरतूद आहे, जी सरकारच्या विधेयकात अंतर्भूत नाही.

भेदावर आधारलेल्या, कमकुवत, लोकपाल पद्धतीत, लाच देणं आणि लाच घेणं हाच जीवनमार्ग बनेल. यातून हे लक्षात घ्यायचं की, जे चालू आहे ते स्वीकारा आणि भोगा. तेच तुमचं नशीब आहे. नाहीतर त्याबाबतीत काहीतरी करा.

आपल्याला मोकळा श्वास घेता यावा यासाठी तर अण्णांचं उपोषण

बराच काळ प्रतिक्षेत असलेलं लोकपाल विधेयक संसदेच्या स्थायी समितीसमोर आहे. देशातील भ्रष्टाचाराच्या साथीला आळा घालण्यासाठी अत्यंत गरजेच्या असलेल्या उपाययोजना देण्यात ते जराही यशस्वी झालेलं नाही, ही खेदाची बाब आहे. देश उभारणीतला एक ऐतिहासिक क्षण हातातून निसटून चालला आहे.

सरकारी लोकपाल विधेयक, म्हणजे गंभीर आजारी रुग्णाला त्याच्या जुनाट आजारासाठी मोठी शस्त्रक्रिया करणं गरजेचं असताना एखादी सौम्य गोळी लिहून देण्यासारखं आहे. भ्रष्टाचाराच्या अजाराच्या उपचारानंतर काळजी घेण्यासाठी प्रामाणिक व्यावसायिक लोकांची गरज असेल ज्यांचे इतर काही हितसंबंध गुंतलेले नसतील आणि जे देशाला पुन्हा सुदृढ - निरोगी करण्यासाठी कटीबद्ध असतील. कोणत्याही प्रकारे भ्रष्टाचारानी पुन्हा डोकं वर काढू नये म्हणून दक्ष असतील व त्याची चाहूल लागली तर ताबडतोब तो रोखण्याचं काम करतील.

देशात भ्रष्टाचाराच्या आजाराशी संबंधित नवे जखमी झाले नाहीत किंवा बळी पडले नाहीत असा एक दिवससुद्धा जात नाही. दूरचित्रवाहिन्या माध्यमे किंवा माहितीच्या अधिकाराच्या कायद्याच्या आधारे माहिती मिळवलेल्या नागरिकांद्वारे 'ब्रेकिंग न्यूज' म्हणून 'मेडिकल बुलेटीन' येत असतं.

आता औषधांची जालीम मात्रा देण्याची आणि हुकमांद्वारे हस्तक्षेप करण्याची गरज आहे. उदाहरणार्थ, 'कॅश फॉर व्होट' प्रकरणात सर्वोच्च

न्यायालयानं दिल्ली पोलिसांना असे आदेश दिले. त्यासंदर्भात आदेश देताना म्हटलं होतं की, न्यायालय तपासकामावर लक्ष ठेवून असल्यामुळे दिल्ली पोलीसांनी मौन सोडून या प्रकरणाच्या मूळापर्यंत जावं आणि लाच स्वरूपातील हा पैसा कुठून आला याचा शोध घ्यावा.

यापेक्षा आणखी काय सांगायला हवं? जर अण्णा हजारे ज्यासाठी आंदोलन करत आहेत त्या लोकपालासारख्या स्वतंत्र तपास करू शकणाऱ्या संस्थेच्या हातात अशा प्रकारची प्रकरणं असती, तर तिहार तुरुंगात 'हाय प्रोफाईल' व्यक्तींची गर्दी झाली असती.

१६ ऑगस्ट (२०११) पासून अण्णा हजारे यांनी बेमुदत उपोषणाला सुरुवात करण्याचं खरं कारण काय आहे ते आपण पाहू. त्यांची प्रमुख मागणी कोणती आहे? आणि ती कुणासाठी आहे?

अण्णा हजारेंचं उपोषण आहे ते आम आदमीसाठी... जो लाचखोरीला दररोज बळी पडत असतो. ज्याचं कसलंही राजकीय अथवा सामाजिक संपर्कसूत्र नाही, अशा आम आदमीला शिधापत्रिका हवी असेल, त्याच्या मुला/मुलीला शाळेत प्रवेश हवा असेल, जन्म वा मृत्यू यांचा दाखला हवा असेल, पाणी किंवा वीज जोडणी हवी असेल, तासन् तास कष्टाचा घाम गाळल्यानंतर पगार हवा असेल, पारपत्राची सत्यता पडताळणी करून घ्यायची असेल, जमिनीच्या वादासंर्भात किंवा शेजाऱ्यांच्या भांडणासंदर्भात पोलीसांत तक्रार द्यायची असेल तर, अशा अनेक प्रकरणांत त्याला खालच्या स्तरावरच्या अधिकाऱ्यांना लाच द्यावीच लागते.

छोटा उद्योग चालवणाऱ्या एखाद्या व्यक्तीला सर्व स्तरांवरच्या सरकारी अधिकाऱ्यांना लाच न देता, प्रामाणिकपणे उद्योग चालवणं शक्य आहे का? लाच सुरू होते ती कार्यालयाच्या बाहेर बसलेल्या शिपायापासून. आत बसलेल्या अधिकाऱ्यापर्यंत ती सुरूच असते. अशा व्यक्तींनी कुठं तक्रार करायची आणि त्यांचं कोण ऐकून घेणार?

आम आदमीचा विचार करता, त्यानं या बाबतीत हात टेकले आहेत. आणि सरकारनं जे लोकपाल विधेयक तयार केलं आहे त्यामध्ये हा भ्रष्टाचाराचा विस्तृत पसरलेला आजार मान्यच केलेला नाही. भ्रष्टाचाराची समस्या सर्व स्तरांवर फोफावलेली आहे. हे प्रत्येक सर्वेक्षणात दिसून आलेलं आहे. 'इंडिया करप्शन २०१०' याच्या

अलीकडच्याच एका अहवालानुसार, ग्रामीण स्तरावर, ९५ टक्के लोकांनी त्यांना मागितलेली लाच दिलेली आहे.

> *देशात भ्रष्टाचाराच्या आजाराशी संबंधित नवे जखमी झाले नाहीत किंवा बळी पडले नाहीत, असा एक दिवससुद्धा जात नाही.*

टीम अण्णांच्या लोकपाल मसुद्यात कठोर उपाय सुचवलेले होते. त्यामध्ये 'सिटीझन्स चार्टर'ची तरतूद होती. त्यानुसार सर्व स्तरावरच्या सरकारी अधिकाऱ्यांना ठराविक निश्चित कालमर्यादेत सेवा पुरवण्याचं बंधन होतं. त्यामध्ये हयगय झाल्यास तो भ्रष्टाचार मानला जाणार होता आणि त्या अधिकाऱ्याला अकार्यक्षमतेची किंमत चुकती करावी लागणार होती. जिल्हा स्तरावरील सार्वजनिक तक्रार निवारण अधिकारी आणि लोकपाल अधिकाऱ्यांमुळे आवश्यक तो दिलासा मिळणार होता.

दु:खद बाब म्हणजे सरकारी विधेयकात, १ कोटी २० लाख सरकारी कर्मचाऱ्यांपैकी केंद्र सरकारचे फक्त ०.५ टक्के कर्मचारीच या कक्षेत आणण्यात आले आहेत.

या परिस्थितीत आम आदमीला कसलाही दिलासा लाभण्याची अपेक्षा नाही.

लोकपालाची गरज असण्याचं आणखी एक महत्त्वाचं कारण म्हणजे राज्यांतल्या लोकायुक्तांची कामगिरी चांगली राहिलेली नाही. फक्त कर्नाटकात नेतृत्वामुळे आणि या कायद्याच्या अंगभूत सामर्थ्यामुळं ही परिस्थिती वेगळी, चांगली आहे. कर्नाटकातल्या लोकायुक्तांना पूर्ण चौकशीचे व खटला चालवण्याचे अधिकार आहेत. त्यांना कर्नाटक लोकायुक्त पोलीस दिले आहेत. अशा प्रकारचे पोलीस अन्य कोणत्याही राज्यातल्या लोकायुक्तांना देण्यात आलेले नाहीत. आणि ते काय करू शकतात हे सर्वांनाच दिसलं आहे. लोकायुक्तांच्या चौकशीमुळंच अवैध खाणकामाची व्याप्ती समजली अन्यथा ते प्रकरण कधीही उघड झालं नसतं आणि राज्याच्या मुख्यमंत्र्यांना पदावरून पायउतार व्हावं लागलं नसतं.

गोवा, छत्तीसगड, जम्मू आणि काश्मीर, ओडिशा, मिझोराम, नागालँड व सिक्कीम या राज्यांत लोकायुक्त नाहीत. आणि महाराष्ट्र व उत्तर प्रदेश सारख्या अनेक राज्यांत मुख्यमंत्री लोकायुक्तांच्या कक्षेत

येत नाहीत. इथल्या राज्य समितीमधली बहुतेक पदं शासकीय निवृत्त मंडळींसाठी निवृत्तीनंतरचं 'बक्षीस' बनली आहेत, ती सुद्धा आम आदमीच्या जीवावर.

या उणिवा दूर होऊन परिस्थिती सुधारण्याची गरज आहे. पण प्रामाणिक उद्दिष्टच नसल्यामुळं संधी गमावली जात आहे. आम आदमीवर दुष्परिणाम घडवणाऱ्या भ्रष्टाचाराचं उच्चाटन हा सरकारच्या आस्थेचा विषय दिसत नाही. इतकंच नव्हे तर सरकार त्याला 'समस्या' मानायलासुद्धा तयार नाही. त्यांना हा विषय आम आदमीवर सोडायचा आहे. आम आदमीनं त्याला काय करायचंय ते ठरवावं, असं त्यांना वाटत आहे.

गरीब जनतेनं भ्रष्टाचार हे आपलं प्रारब्ध म्हणून स्वीकारलं आहे हे उघडच आहे. ती बिचारी देत राहते, घेत राहते किंवा शरणागती पत्करून बांडगुळांशी शांततेचा तह करते.

१६ ऑगस्टला अण्णा हजारे आम आदमीसाठी आमरण उपोषण सुरू करणार आहेत, तेव्हा त्यांच्या सोबत या, हे आपल्या देशाच्या भवितव्यासाठी आहे... असपलं वर्तमान व आपल्या भविष्यासाठी आहे.

निवडणुकांमुळे सगळे प्रश्न सुटत नाहीत

लोकांना जे हवं आहे ते आणि निवडून आलेले काही लोकप्रतिनिधी जे देतात ते, यात जमीन अस्मानाचं अंतर असतं. आपल्याला, जनतेलाच ही वाढती दरी साधण्याचे मार्ग व उपाय शोधावे लागणार आहेत. आपण सध्या जी परिस्थिती आहे ती तशीच राहू देऊ शकत नाही. आपण भूतकाळात बरंच गमावलं आहे आणि वर्तमानात गमावत आहोत. आपण आज देश ज्या अवस्थेत आहे, त्याच स्थितीत तो आपल्या मुलांकडे सोपवणार आहोत, का आपण सगळे मिळून परिस्थिती बदलण्यासाठी प्रयत्न करणार आहोत?

या देशातल्या लोकांना काय हवं आहे?

आपले प्रतिनिधी चांगल्या चारित्र्याचे व उत्तम प्रशासकीय कौशल्य असणारे असावेत एवढीच त्यांची अपेक्षा आहे. त्यांना असे प्रतिनिधी हवे आहेत, जे त्यांच्या गरजा पूर्ण करतील, त्यांचे जीवनमान उंचावण्यास मदत करतील. प्रचलित सामाजिक समस्या सोडवण्यासाठी उपाययोजना करतील आणि त्यांच्यातलेच होऊन राहतील. लोकांना सुरक्षिततेची भावना हवी आहे. आणि त्यांना एकूणच स्वास्थ्य हवं आहे. मुळात लोकांना विशिष्ट दृष्टी म्हणजेच 'व्हिजन' असलेल्या व विश्वासार्ह, चारित्र्यसंपन्न व्यक्ती सत्तास्थानी हव्या आहेत.

मात्र, खेदाची बाब म्हणजे, बरेचदा याच्या नेमकं उलट घडत आहे. सगळेच्या सगळे नसले तरी बरेचसे कायदा बनवणारेच, कायदा मोडणारे ठरले आहेत. जेव्हा कायदा त्यांना लागू होतो तेव्हा ते त्याचा

मान राखत नाहीत. खरं तर, असे सत्ताधारी कायद्याचं अनेक मार्गांनी उल्लंघन करतात – हिंसक राजकीय निदर्शनं, दंगली, कर्तव्य बजावत असलेल्या सरकारी सेवकांच्या कामात अडथळे अथवा त्यांच्यावर हल्ले, विरोधकांचं नुकसान अथवा त्यांना जखमी करणं, बदनामी करणं, भ्रष्टाचार, एवढंच नव्हे तर महिलांशी गैरवर्तन... इत्यादी इत्यादी.

मात्र, सदोष न्याय व कायदा अंमलबजावणी पद्धतीमुळं, त्यांच्याबद्दलची तक्रार एकतर नोंदवलीच जात नाही किंवा त्याचा तपास योग्य रित्या घडत नाही. फौजदारी खटला नीट चालवला जात नाही. आणि ही प्रकरणं दशकानुदशकं प्रलंबित राहतात. दरम्यानच्या काळात, अशा व्यक्तींचं सार्वजनिक जीवनातलं स्थान बळकट होत राहतं. ज्या प्रकरणात आपल्याविरुद्ध विश्वसनीय पुरावा आहे हे त्यांना माहीत असतं, तिथं ते साक्षीदारांना चतुराईनं 'मॅनेज' करुन फितवतात किंवा प्रकरण निकालात निघायला विलंब होईल असं पाहतात. 'राजकीय सुडातून उद्भवलेलं प्रकरण होतं' असा दावा करून काही काही खटले तर ते मागेसुद्धा घ्यायला लावतात.

'पब्लिक डोमेन' मध्ये समाविष्ट असलेल्या निवडणूक निर्णय अधिकाऱ्यांकडे निवडणूक लढवू इच्छिणाऱ्या उमेदवारांनी सादर केलेल्या प्रतिज्ञापत्रांमध्ये, त्यांची पार्श्वभूमी जाहीर होत असते. शिवाय, इंटरनेटवरून बरीच माहिती उघड होत असते. सत्तेत असणारे पक्ष बरेचदा त्यांच्या राजकीय सामर्थ्याचा वापर करून घेण्याबद्दल प्रसिद्ध असतात आणि पोलीस मुख्यालये त्यांना ना – हरकत प्रमाणपत्रं देतात. त्यांचेच पोलीस अधिकारी जखमी झाले होते अशा प्रकरणांतसुद्धा. त्यामुळे या पक्षांचे उमेदवार निवडणूक लढवू शकतात.

राजकारण्यांच्या या वर्गाचं 'रिसायकलिंग' होत राहतं. हे चक्र सुरूच राहतं. ते निवडणुकांना उभे राहतात, पुन्हा निवडून येतात आणि लोकांचे "प्रतिनिधी" बनतात, बहुसंख्य लोकांनी मतदान केलंच नसल्यामुळे ते अगदी अल्पमतांनी जेमतेम निवडून आले असले तरी.

एकदा का ते निवडून आले, मग ते किती का 'मार्जिन'नं असेना हे लोकनियुक्त नेते, आपण मतदारसंघातील 'जनतेचा आवाज' असल्याचं ठासून सांगतात. पण ते खरोखर सर्वांचं प्रतिनिधित्व करताना आणि

सर्वांचंच हितरक्षण करताना दिसतात काय? ते सल्लामसलतीसाठी गावांमध्ये नियमित भेटीगाठी घेतात काय? ज्या ठिकाणी लोक त्यांच्या आस्थेच्या कोणत्याही प्रश्नासंदर्भात मनमोकळेपणे प्रश्न विचारू शकतील अशा बैठका/ सभा झालेल्या पाहायला मिळतात काय? लोकनियुक्त प्रतिनिधी लोकांच्या छोट्या समूहांचं, बैठकांचं, पंचायतींचं किंवा निवासी कल्याण संस्थांच्या बैठकांचं म्हणणं ऐकून घेऊन लोकांशी विचारविनिमय करण्यासाठी नियमित येतात काय? का, आपण फक्त त्यांना पाहतो ते इमारतींचं अथवा प्रकल्पांचं उद्‍घाटन करताना (ज्यावर त्यांची नावं कोरलेली असतात.) किंवा लग्नाच्या स्वागतसमारंभांत, जिथं ते नवपरिणीत दाम्पत्याबरोबर फोटोत झळकतात. भरभक्कम रोख आहेर करतात. त्यामुळं ते कुटुंब कायम उपकृत राहतं आणि त्यांची कायमची 'व्होट बँक' बनतं?

अण्णांच्या भ्रष्टाचार विरोधी चळवळीदरम्यान आम्हाला नेहमी प्रश्न विचारला जायचा की, भ्रष्टाचारविरोधी प्रभावी कायद्याची मागणी करणारे तुम्ही कोण?

इतर ठिकाणी, आपण रॉबिनहूडच्या गोष्टी ऐकलेल्या आहेत. तो काळ आठवा! हे डाकू देशाच्या एका भागात दरोडे घालत असत आणि ती लूट त्यांना आश्रय देणाऱ्या खेडूतांना वाटत असतं. गरिबांना खाऊ घालत असत; लग्न लावून देत असत. अशा प्रकारचे बरेच लोक, जात व रॉबिनहूड प्रतिमेच्या आधारे निवडून आले होते. फूलनदेवी आठवतेय? अशाच प्रकारे, कायद्याचं उल्लंघन करणाऱ्या बऱ्याच लोकांना त्यांच्या कट्टर निष्ठावंत लाभार्थींनी मत देऊन निवडून दिलं आहे आणि अशा लोकांनी कायदे बनवणाऱ्या अनेक चांगल्या व परिपक्व लोकांसमवेत विधानसभेत व संसदेत प्रवेश केला आहे.

अण्णांच्या भ्रष्टाचार विरोधी चळवळीदरम्यान आम्हाला नेहमी प्रश्न विचारला जायचा की, भ्रष्टाचारविरोधी प्रभावी कायद्याची मागणी करणारे तुम्ही कोण? तुम्हाला कुणी नियुक्त केलं आहे? तुम्ही कुणाचा 'आवाज' आहात?

त्यावर आम्ही 'आम्ही मतदार' असं उत्तर दिलं की, 'तुम्ही म्हणजे सगळे मतदार नव्हेत' असं त्यांचं म्हणणं असायचं. म्हणजे, लोकनियुक्त मंडळी 'सर्वांचं' प्रतिनिधित्व करणार; पण आम्ही मात्र "केवळ चार

टाळकी.'' आम्हाला सांगण्यात आलं की, तुम्हाला जर लोकपाल कायदा व्हायला हवा असेल, तर आधी तुम्ही निवडून या, नाही तर तुम्ही लोकनियुक्त प्रतिनिधींसारखे प्रश्न विचारायचे नाहीत.

हे म्हणजे, डॉक्टरकडं जाऊन सर्वोत्तम वैद्यकीय सुविधा देण्याची मागणी करावी आणि आपल्याला तुम्हीच डॉक्टर व्हा म्हणून सांगण्यात यावं, तसा प्रकार आहे. डॉक्टर किंवा शिक्षक किंवा प्रशासक किंवा अभियंता, जशी गरज असेल त्यानुसार तसं तसं तुम्हीच व्हा.

जर कायदे बनवणाऱ्यांकडून सुयोग्य कायदा करून घेण्याचा एकमात्र मार्ग आम्ही स्वत:च कायदे बनवणारे होणं हा असेल; तर मग त्यांनी एका प्रश्नाचं उत्तर देण्याची गरज आहे, तो म्हणजे,

'मग तुम्ही तिथं कशासाठी आहात?'

लोकनियुक्त प्रतिनिधींना 'मेसेज' देण्याची हीच वेळ आहे. त्याशिवाय, आपण आपल्या देशाचं अधिक चांगलं चित्र निर्माण करण्यासाठी परिवर्तन घडवणार कसं? आणि भविष्यात आपला देश अधिक चांगला घडवण्याचं स्वप्न पूर्ण करणार कसं?

मतदारसंघ... गेम चेन्जर्स

गेल्या निवडणुका ज्या पद्धतीनं झाल्या, मग त्या विविध राज्यांच्या विधानसभेच्या निवडणुका असोत वा दिल्ली महानगरपालिकेची निवडणूक असो, भारतीय मतदार अधिक हुशार होत आहेत आणि त्यांच्या अपेक्षाही वाढत्या आहेत असं दिसतंय. निवडणुका जरी पाच वर्षातून फक्त एकदाच होत असल्या तरी, मतदाराला त्याच्या मताचं मोल कळू लागलं आहे. आता त्याला आकड्यांच्या मागे उभं राहणारी आणि प्रत्येक मताची ताकद कळली आहे.

मतदारसंघातील सर्व मतदार, स्वत:ला बाजी पलटवू शकणाऱ्या 'गेम चेन्जर्स'च्या रूपात पाहू लागले आहेत. ते त्यांच्या पद्धतीनं शिक्षा आणि बक्षीसही देतात, ही गोष्ट पाच राज्यांतल्या निवडणुकांत व दिल्ली महानगरपालिकेच्या निवडणुकीतही दिसून आली आहे. आता मतदार स्वत:ला गृहीत धरू द्यायला तयार नाही. आणि हा 'मेसेज' अधिक स्पष्ट व खणखणीत होऊ लागला आहे.

भारतीय मतदार अधिक चाणाक्षही होऊ लागला आहे. आता तो त्याच्या मनातलं खुलेपणे सांगून मोकळा होत नाही. सर्व सत्ता-दलालांना अंदाज बांधत राहायला कसं लावायचं ही गोष्ट तो शिकत आहे. त्याला सर्वोत्तम, विशिष्ट 'डील्स' हवी आहेत आणि त्यानुसार पूर्तता होण्याचं ठाम वचनही. विशेष म्हणजे, वचनभंग करणाऱ्यांना कायदेशीररित्या जबाबदार धरता येऊ शकेल यासाठी कोणत्या कायदेशीर तरतुदी आहेत हे सुद्धा तो जाणून घ्यायचा प्रयत्न करत असतो. कधीकधी मतदारांचा एक वर्ग त्यांच्या मतांची 'किंमत'

वसूल करतो. पण तरीसुद्धा मतदानाच्या गोपनीयतेचा उपयोग आपल्याला हवं ते करण्यासाठीच करतो.

कोट्यवधी मतदारांच्या सहभागानं हे असं चित्र निर्माण झालेलं असताना, आपण मतदारांनी निवडणुकानंतर आपल्या जबाबदाऱ्या पार पाडायला नकोत काय? आणि त्या उत्तमरित्या पार पाडण्यासाठी, आपण ज्यांना सत्तेवर आणण्यासाठी मत दिलं आहे त्यांच्याकडून काय अपेक्षा केल्या पाहिजेत आणि त्यांनी आपल्याला जी वचनं दिली आहेत, ती त्यांच्याकडून पूर्ण करून घेण्यासाठी अथवा त्यांना ती पूर्ण करण्यास भाग पाडण्यासाठी आपण काय करू शकतो याची आपल्याला पूर्ण माहिती असली पाहिजे.

पहिली सर्वात महत्त्वाची गोष्ट म्हणजे आपण विजयी उमेदवारांनी कबूल केलेल्या गोष्टी, वचनं, जाहीर केलेल्या गोष्टी व लिखित जाहीरनामे कधीही विसरता कामा नये, असं माझं ठाम मत आहे. नागरिकांनी या गोष्टींची नोंद ठेवली पाहिजे आणि त्यांची पूर्तता होते की नाही याचा आढावा घेऊन, त्यांचं नियुक्त उमेदवारांना स्मरण करून दिलं पाहिजे. त्याचबरोबर नागरिकांनी गट करून, संस्था, संघटना, प्रतिनिधी मंडळांद्वारे त्यांच्यापर्यंत पुन्हा पोहोचून, आपल्या ज्या बदलत्या गरजांकडं ताबडतोब लक्ष देण्याची व कार्यवाही होण्याची गरज आहे अशा गरजा त्यांच्यासमोर मांडल्या पाहिजेत.

त्यासंदर्भात काय प्रगती झाली याची आपण नोंद ठेवली पाहिजे. त्यांच्याकडून विशिष्ट निश्चित कालमर्यादेत कामाची पूर्तता व्हायला हवी ही गोष्ट आपण सांगितली पाहिजे आणि बैठकीचा समारोप होण्याआधी त्यांच्याकडून पुढची तारीख घेतली पाहिजे. अशा प्रकारे, कामाची पूर्तता होण्याचा दबाव कायम टिकवून ठेवला पाहिजे. लोकनियुक्त प्रतिनिधीला कळलं पाहिजे की, आपल्याला या बाबींची पूर्तता केल्यावाचून गत्यंतर नाही, नाहीतर लोकांचा आपल्या शब्दावरचा विश्वास उडेल आणि खोटी वचनं दिल्याबद्दल ते आपल्याला माफ करणार नाहीत. पुढच्या निवडणुकीच्या वेळी तो किंवा त्याचा पक्ष मतं मागायला येतील तेव्हा त्यांना जनाधार मिळणार नाही.

पैशाचा प्रचंड दुरूपयोग पाहता, आपण कोणत्याही परिस्थितीत रोख रक्कम देऊन, आपलं काम करून घेण्याचा प्रयत्न करता कामा

> जर सगळ्या मतदारसंघांनी आपण निवडून दिलेल्या प्रतिनिधींच्या कामाचं मूल्यमापन करून ते जाहीर केलं तर काय घडेल याची कल्पना करा.

नये. पैसा सहजा सहजी मिळत नसतो, ही गोष्ट लक्षात ठेवा. प्रत्येक रुपया न् रुपया मिळवावा लागतो. सर्व राजकीय देणग्या धनादेशाद्वारेच दिल्या जाव्यात. देणगीदार कर सवलत मिळण्याची मागणी करू शकतो कारण राजकीय पक्षाला दिलेल्या देणग्या करमुक्त असतात. रोख पैसे देऊन यंत्रणा गढूळ करू नका. आपण दिलेल्या रोख देणग्यांतली मोठी रक्कम दारू वाटण्यात खर्च होते. अर्थात, याला अपवाद आहेत आणि सर्वच उमेदवार अपराधी नाहीत.

दर सहा महिन्यांनी, सक्रिय नागरिकांनी त्यांच्या नियुक्त प्रतिनिधीसोबत 'टाऊनहॉल मिटिंग' घेण्याची मागणी केली पाहिजे. या बैठकीत संघटित गटांनी धोरणात्मक मुद्यांबरोबरच आपापल्या भागाशी संबंधित विषय मांडले पाहिजेत. या बैठकीत जे आपल्या भागासाठी नियोजित गुंतवणूक योजना, अंदाज पत्रकं, या आणि अशा प्रकारच्या गोष्टींची विचारणा करू शकतात. लोकांनी प्रश्न विचारले पाहिजेत आणि त्यांच्या दृष्टीने महत्त्वाच्या विषयांवर त्यांची मतंही सांगितली पाहिजेत. आपण आपल्यातल्याच एखाद्या निष्पक्ष, जेष्ठ व्यक्तीची अशी बैठकीची सूत्रं सांभाळण्यासाठी निवड केली पाहिजे. आणि आपल्यातल्याच काहींनी या बैठकीचा इतिवृत्तान्त ठेवला पाहिजे. या बैठकीत प्रश्न योग्य व सभ्य मार्गानं उपस्थित केले जावेत.

अशा 'टाऊनहॉल मिटिंग'मध्ये समाजातील सर्व घटकांना - तरुणवर्ग व शाळकरी मुलं हजर असतील तर, त्यांनासुद्धा, प्रश्न विचारण्याची समान संधी मिळाली पाहिजे. आणि सर्वात महत्त्वाचं म्हणजे लोकनियुक्त प्रतिनिधीनं आदल्या काही महिन्यांत त्याच्या प्रभागासाठी अथवा लोकांसाठी काय केलं याचा लेखाजोखा मतदारांना मिळालाच पाहिजे. अशा प्रकारची बैठक दर सहा महिन्यांनी एकदा घेतली गेलीच पाहिजे.

अशा बैठकांद्वारे लोकप्रतिनिधींना त्यांच्या मतदारांना भेटता येईल, त्या त्या वेळच्या परिस्थितीची ताजी माहिती घेता येईल, काही नवी आव्हानं असतील तर त्याबद्दल सांगता येईल आणि मतदारांच्या प्रतिक्रिया जाणून घेता येतील. याचाच अर्थ असा की, लोकप्रतिनिधी

त्यांच्या मतदारसंघाचं मत जाणून घेऊ शकतील आणि जिथं ते मतदारांचे प्रतिनिधी म्हणून हजर राहतात त्या लोकनियुक्त मंडळाच्या सत्रांना हजर राहण्याआधी सर्व ताज्या माहितीनिशी सज्ज राहू शकतील. म्हणजेच, या पद्धतीनं हे लोकप्रतिनिधी त्यांच्या मतदारसंघाचे आस्थेचे प्रश्न मांडण्यासाठी पुन्हा नव्यानं विश्वास संपादन करतील.

जसं सर्व सरकारी नोकर व इतर कर्मचाऱ्यांच्या कामगिरीचं वर्षातून एकदा परीक्षण केलं जातं, तसंच आपल्या सर्व लोकप्रतिनिधींचंही परीक्षण झालं पाहिजे. या परीक्षणासाठी कामगिरीचे निकष ठरवता येतील, उदाहरणार्थ – जनसंर्पक कशा प्रकारे राखण्यात आला, प्रतिसादाचा वेग किती आहे. त्यांच्यापर्यंत सहज प्रवेश आहे का, त्यांची सोचीटी किती आहे, 'टाऊनहॉल मिटींग्ज' कशा प्रकारे घेतल्या जातात, त्यामध्ये नियमितपणा किती असतो, दिलेला शब्द पाळला गेला आहे का, तो लोकप्रतिनिधी जनतेची मतं विचारात घेतो का व त्यांचं प्रतिनिधित्व व्यवस्थित करतो का, इत्यादी इत्यादी.

जर सगळ्या मतदारसंघांनी आपण निवडून दिलेल्या प्रतिनिधींच्या कामाचं मूल्यमापन करून ते जाहीर केलं तर काय घडेल याची कल्पना करा. असं घडलं तर आपण त्यांच्या राजकीय कामगिरीत होणाऱ्या ऱ्हासाकडं लक्ष वेधण्यात यशस्वी होऊ शकू.

मतदान हा आपला हक्क आहे; पण लोकशाही दृढ करणं ही आपली जबाबदारी आहे.

निवडणूक निकालानंतर, आमदारांना वचनांची आठवण करून द्या

मतदार जागृती अभियानांमध्ये मी निवडणुकांदरम्यान दिसून येणाऱ्या गोष्टी व त्यानंतरच्या भयावह बाबींबद्दल माझ्या मनाला होणाऱ्या यातना व त्याबद्दल वाटणारी काळजी याबद्दल सांगत असते.

पंजाब, उत्तराखंड व मणिपूरमध्ये मतदारांनी विधानसभा निवडणुकीसाठी मतदान केलेलंच आहे. उत्तर प्रदेश व गोवा यामधील निवडणुका पार पडायच्या आहेत. मतदारांनी जबाबदारीनं मतदान केलं आहे की नाही हे आता फक्त काळच सांगेल. म्हणजे मला असं म्हणायचं आहे की, त्यांनी क्षुद्र मोहांना बळी पडून मतदान केलं आहे, की नीट समजून उमजून... आपण निवडून दिलेल्या प्रतिनिधींना त्यांच्या कामगिरीबद्दल जबाबदार धरायचं या निश्चयानं केलं आहे ते कळेलच.

'व्हीआयपी', आपल्यासारख्या 'आम' आदमीकडं निवडणुकीच्या वेळी, त्यांना पाठिंबा द्यावा म्हणून हात जोडून येतात. ते व्यासपीठांवरून बडे बडे वायदे करतात. नोकऱ्यांत जादा आरक्षणं (बलात्काराला बळी पडलेल्यांसाठीसुद्धा); आणखी शाळा सुरू करणं (शिक्षकांसह वा त्यांच्या विना) आणखी महिला महाविद्यालयं सुरू करणं; अधिक चांगली आरोग्यसुविधा (बनावट औषधवाल्या?); रस्ते (खड्डेमुक्त); मोफत वीज जोडणी देणं (दिवसभर वीज नसली तरीसुद्धा); उद्योग उभारणं (ते जरी प्रदूषण करणारे असले तरी); सुरक्षा प्रदान करणं (पोलीस बायकांच्या अंगावर हात टाकणार नाहीत याची खात्री देणं); संगणक प्रदान करणं (बॅटरी चार्जर्सविना), पुस्तकं देणं आणि स्वयंपाकाचा

गॅस मोफत देणं (कसा ते देव जाणे!); आणि गायीसुद्धा देणं. (त्या आटलेल्या नसल्या म्हणजे मिळवलं!)

ही मंडळी हे सगळं कशासाठी करतात? कारण आमआदमी महत्त्वाचा असतो, पण फक्त मतदान करेपर्यंतच.

पण आता मतदारांनीच थेट प्रश्न करायला हवेत. यासाठी पैसा कुठून येणार आहे? यासाठीचे स्रोत कसे निर्माण होणार आहेत... ते उसने आणले जाणार आहेत का कसं? कर्जांची परतफेड कोण करणार आहे का त्या लोकप्रतिनिधीचा कार्यकाल संपल्यानंतर ती कर्ज तशीच थकीत राहणार आहेत? पुढचा मुद्दा म्हणजे, ही वचनं पहिल्यांदाच दिली जात आहेत काय? गेल्या निवडणुकीदरम्यानही अशाच प्रकारची वचनं दिली गेली होती काय? त्यांची पूर्तता झाली आहे काय? असेल तर किती प्रमाणात आणि कितपत समाधानकारक?

अखेर, भ्रष्टाचाराची दलदल आणि सावळा गोंधळ आपल्यालाच भोगावा लागतो. छोट्यात छोटं काम करून घेण्यासाठीसुद्धा आपल्याला लांबच लांब रांगेत तिष्ठत थांबावं लागतं, सुरक्षाव्यवस्था पार करून जावं लागतं आणि एवढं करूनही 'साहेब मिटींगमध्ये बिझी आहेत, तुम्ही अपॉईंटमेंट घेऊन यायला हवं होतं,' असं उत्तर मिळू शकतं. हे लोक जेव्हा आपल्याकडं मतं मागायला आले होते तेव्हा ते आपली अपॉईंटमेंट घेऊन आले होते का?

मंत्री आणि आमदार आपल्या तक्रारीचं निवारण करतात का? ते आपल्या दारात मत मागायला येतात, तेव्हा आपण त्यांना त्यांनी केलेल्या सगळ्या वचनभंगांचं स्मरण करून देतो का?

मागच्या वर्षीच्या अनुभवावरून दिसून आलं आहे की, जोवर आम आदमीची केवळ व्यक्तिगत गाऱ्हाणी असतील, तोवर त्याला 'मॅनेजेबल' समजलं जातं कारण, त्याला दुसरीकडे टोलवता येतं, दुसरीकडे जाण्यास सांगता येतं किंवा त्याचं लक्ष दुसरीकडे वेधता येतं पण तो एखाद्या समूहाचं प्रतिनिधित्व करण्याचा प्रयत्न करू लागतो, तेव्हा तो अडचणीत येऊ शकतो. एखाद्या माणसाला "तू कोण?" किंवा हे प्रश्न उपस्थित करण्याचा अधिकार तुला कुणी दिला? असं विचारता येतं, किंवा तू काही लोकप्रतिनिधी नाहीस असं सांगता येतं. पण, ज्या व्यक्तीला तुम्ही मतदान केलं होतं, तीच व्यक्ती तुम्हाला

मंत्री आणि आमदार आपल्या तक्रारींचं निवारण करतात का? ते आपल्या दारात मत मागायला येतात तेव्हा आपण त्यांना त्यांनी केलेल्या सगळ्या वचनभंगांचं स्मरण करून देतो का?

सांगेल की, मी निवडून आलो आहे त्यामुळं तुमच्या मतांचं प्रतिनिधित्व करणं हा माझा संपूर्ण विशेषाधिकार आहे! त्याला लोकांनी निवडून दिलं असल्यामुळं त्याला तो अधिकार आहे. ''तुम्ही'' फक्त त्याला मतदान करणारे एक मतदार होता (व्होट बँक नव्हे)

निवडणूक होण्याआधी प्रत्येक मतदार त्या व्यक्तीच्या दृष्टीनं अतिशय महत्त्वाचा होता. त्यावेळी तो एखाद्या साध्याशा झोपडीत जेवायलासुद्धा आला असेल, एवढंच काय, रात्री तिथं राहिलासुद्धा असेल. पण तोच उमेदवार निवडून येऊन सत्तास्थानी पोहोचल्याबरोबर या भूमिका बदलतात. पुढे पाच वर्षं तो खरा व्हीआयपी होतो आणि ''वी द पीपल'' आपण जनता, 'आम आदमी'च राहतो. निवडणुकीच्या आदल्या काही आठवड्यांत फक्त आपण खोटेखोटे व्हीआयपी होतो.

आपण इव्हीएम (इलेक्ट्रॉनिक मतदान यंत्राचं) बटण दाबून मतदान करताक्षणी आपलं भवितव्य ठरतं. प्रश्न असा आहे की, ही परिस्थिती बदलू शकते की नाही?

तर, हो! बदलू शकते; पण कशी?

निवडणुकीचा निकाल लागल्याबरोबर आपण मतदार नागरिकांनी सशक्त लोकपाल व लोकायुक्त यांची आग्रही मागणी लावून धरली पाहिजे, ज्यायोगे भ्रष्टाचारी व्यक्तींचा पर्दाफाश होईल आणि चोरलेला पैसा देशाच्या तिजोरीत परत येईल. येत्या मार्चमध्ये अंदाजपत्रकीय अधिवेशनादरम्यान आपण मतदारांनी एकत्र येण्यास सज्ज झालं पाहिजे. यासंदर्भात अण्णा हजारे यांच्या आवाहनाला प्रतिसाद द्या. आम्ही निवडून आलो तर या मागणीला पाठिंबा देऊ, अशी बहुतांश उमेदवारांनी निवडणूक प्रचारादरम्यानखात्री दिली होती. आपण त्यांना या गोष्टीचं जाहीर स्मरण करून दिलंच पाहिजे. किंवा गटागटानं त्यांच्या घराबाहेर जमून त्यांना सद्‌बुद्धी लाभण्यासाठी प्रार्थना केली पाहिजे.

राजकारण स्वच्छ करून, २०१४च्या सार्वत्रिक निवडणुकांसाठी मतदारांनी संघटित व्हायला पाहिजे. विधानसभेच्या निवडणुका, ही फक्त रंगीत तालीम होती.

तुम्ही स्वतःच्या मनाचा आवाज ऐका, मग नेता ऐकेल

अण्णा हजारे यांना यश का मिळालं? सरकारला मागण्या मान्य का कराव्या लागल्या? सामान्य माणसाशी सर्वाधिक निगडित असलेल्या, अण्णांच्या तीन प्रमुख मागण्या मान्य करणारा ठराव भारतीय संसदेत एकमतानं कशामुळं मंजूर झाला? आणि त्याहून महत्त्वाचं म्हणजे, ५ एप्रिलचं जंतर मंतर वरील व १६ ऑगस्टचं रामलीला मैदानावरील आमरण उपोषण टाळता आलं असतं, की ते अपरिहार्यच होतं?

या संदर्भात आणखी एक प्रश्न विचारला जातो, तो म्हणजे - जनलोकपाल विधेयक मंजूर करून घेण्याचा निश्चय लोकांपर्यंत पोहोचवण्यात अण्णा हजारे कशामुळं यशस्वी झाले? यातून आपल्याला म्हणजेच जनतेसाठी ("we, the people") आणि निवडून आलेल्या लोकांसाठी ("we, the elected") काही महत्त्वाचे धडे आहेत काय?

मी सदस्य या नात्यानं, जनलोकपाल विधेयकासाठीच्या चळवळीनं गती घेतलेली पाहिली आहे आणि ही चळवळ तीव्रतम होतानाही पाहिली आहे. सत्तेत असलेल्या लोकांचा प्रतिसादही मी पाहिला आहे. त्यांच्या विरोधामुळेच, ही चळवळ तीव्र होत गेली. यातून आपल्या सर्वांसाठीच दोन महत्त्वपूर्ण धडे आहेत.

पहिला धडा

मी सुरुवात करते, ''वी, द पीपल'' पासून. आपण, कोट्यवधी जनता,

आजवर मूक प्रेक्षक राहिलो आहोत. आपण दु:खी होतो, तक्रार करत होतो आणि कुढत होतो. आपण दोषारोप करत होतो, एवढंच नव्हे तर शिव्या देत होतो. जे चालू आहे त्यापासून आपण दूर राहण्याच्या प्रयत्न करत होतो. आपण आपलं सगळं लक्ष स्वत:वर, आपल्या जवळच्या प्रियजनांवर, आपल्या कुटुंबावर आणि आपल्याला ज्यांची चिंता आहे अशांवर एकवटलं होतं. या परिघाखेरीज बाकी सगळे 'बाहेरचे' होते.

राजकीय आणि सत्ताधारी वर्गांनी, जनसामान्यांना सदैव मार्गभ्रष्ट करता येईल अथवा त्यांची सदैव उपेक्षा करता येईल अशा भ्रमात अजिबात राहू नये.

आपल्या परिघाच्या, वर्तुळा-बाहेरच्यांच्या बाबतीत जे घडेल ते त्यांचं नशीब, अशी आपली धारणा होती. आपण राजकारणी चर्चांपासून चार हात दूर होतो. राजकारण्यांची नाटकं, त्यांनी केलेला विश्वासघात याच्याशीही आपण जुळवून घेत होतो. जसा वारा फिरेल तसं आपण त्यांना वापरून घेत होतो आणि ते आपल्याला वापरून घेत होते. हे व्यवहारी नातं होतं. ''मी मत देतो आणि तुम्हाला (गुप्त) आर्थिक पाठबळ देतो, मला जेव्हा गरज असेल तेव्हा तुम्ही माझ्यावर लोभ ठेवा (तोही गुप्तच).''

अशा प्रकारे ही 'पेड रिटेनरशिप' होती... एकमेका साह्य करू छापाची. वरवर पाहता, ही अगदी नम्र स्वीकृती वाटण्यासारखी होती. पण वास्तवात हा अनेक मुखवट्यांतला एक 'मुखवटा' होता.

या परिस्थितीमुळं बातम्यांचे मथळे, एक्स्क्लूजिव्हज, विशिष्ट विषयाचा अभ्यास, कल्पनारम्य लेखन, व्याख्यानं, नियमित स्तंभलेखन, पुस्तकं, चर्चा, परिषदा, कार्यशाळा, धोरण समूह अशा कामांसाठी निधी, विस्तृत दौरे, सल्लागार, समिती सदस्य, प्रकल्प लेखक, सल्लागार समूह, विविध प्रकारच्या चळवळी, विशिष्ट उद्देशानं स्थापन होणाऱ्या संघटना, छोट्या चळवळी अशा अनेक गोष्टींसाठी सुपीक पार्श्वभूमी तयार केली गेली.

या सदस्यांनी, त्यामध्ये काही अत्यंत आदरणीय व्यक्ती होत्या – समांतर चर्चा, संवाद, वादळी चर्चा, अफवा, माहिती, असमाधान, टीका, उपहास आणि संतापाला वाट, या गोष्टी जिवंत ठेवल्या या सगळ्यांची स्वत:ची अशी भूमिका होती आणि अत्यंत कट्टर मतं

होती. बऱ्याच ठिकाणी टिपीकल खेकडा संस्कृती होती, 'मला नाही, तर तुलाही नाही.'

यात सर्वात मोठे लाभार्थी होते, कारस्थानी राजकारणी. सरकारी अधिकारी, स्वयंघोषित दलालांसह इतर व्यवसायातील व्यक्ती वा समूह. हे सगळे त्यांच्या वर्तुळात सुरक्षित होते. त्यांचं 'नेटवर्क' आधारित होतं ते राष्ट्रीय संपत्तीचा गैरवापर अथवा संलग्न समूहांच्या असुरक्षिततेवर जगणारी कळप मनोवृत्ती यावर.

लोकांची 'एनर्जी' काही घडवून दाखवणारी अथवा 'सिनर्जी' कधीच बनली नाही. म्हणजेच जनऊर्जा एकवटून त्याची एकत्र ताकद उभी राहिली नाही. या फुटीचा अनेकांना लाभ झाला. 'जैसे थे' ही सवयच बनली. अनेकांनी 'द्या आणि घ्या' असं जुळवून घेतलं. त्यामुळं काही मोजक्या प्रामाणिक व्यक्तींचे आवाज विरून गेले. सत्ताकेंद्रांना बहुसंख्य लोकांची भीती होती, पण त्यांच्यावर तो दबाब तितकासा राहिला नाही. जनतेलाही – त्यांना संघटित करणारी, ज्याच्यावर विश्वास ठेवता येईल अशी कुणी व्यक्ती लाभली नाही. त्यामुळे सदैव निराशा वाढत होती...

आणि देशाची गेल्या साठहून अधिक वर्षं लबाडी आणि भ्रष्टाचार यात संपली.

अण्णांच्या चळवळींनं गरीब जनतेच्या दडपलेल्या संतापाला वाट मिळाली आणि या चळवळीमुळे जनसंघटने बरोबरच, घडणाऱ्या घटनांशी मिळतं जुळतं घेणाऱ्या वर्गाचं विभाजनही दिसून आलं.

याचा मथितार्थ होता – जोवर समाजाच्या विविध स्तरांतील जनता – "वी द पीपल", वैयक्तिक हितापेक्षा देशहिताचा विचार प्राधान्यानं करत नाही, तोवर आपली पिळवणूक होतच राहणार. ती सुद्धा, आपण ज्यांच्यावर सेवा करण्याची जबाबदारी विश्वासानं सोपवली आहे त्यांच्याचकडून. यादृष्टीनी आपण बहुसंख्य नाही.

देशभक्ती हे अतिशय महत्त्वाचं मूल्य आपण आपल्या मुलांमध्ये रुजवलं पाहिजे आणि त्यांनी ते आचरणात आणावं याचीही दक्षता घेतली पाहिजे. तरच आपण आपल्या मुलांचं भविष्य खात्रीनं चांगलं घडवू. आणि जर आपण हे केलं तर भारतात अनेक अण्णा हजारे निर्माण होत राहतील.

दुसरा धडा

राजकीय आणि सत्ताधारी वर्गांनी, जनसामान्यांना सदैव मार्गभ्रष्ट करता येईल अथवा त्यांची सदैव उपेक्षा करता येईल, अशा भ्रमात अजिबात राहू नये. अण्णा हजारे यांच्या आंदोलनाच्या आरंभीच्या टप्प्यांवर मागण्यांबाबत खोटी आश्वासनं देऊन तोंडाला पानं पुसता येतील, असं सत्तेतल्या काही महत्त्वाच्या व्यक्तींना वाटत होतं. पण जशी या आंदोलनाची तीव्रता वाढली तशी काहींनी हे आंदोलन चिरडून टाकण्याच्या धमक्या द्यायला सुरुवात केली. 'रामलीला मैदान रिकामे करण्यासाठी फक्त एक तासाची नोटीस पुरेशी आहे.' असा निरोप मिळाला होता. म्हणजेच, याचा अर्थ होता अण्णा हजारे आणि जनलोकपाल विधेयकाच्या मागणीला पाठिंबा दर्शवण्यासाठी मैदानावर जमलेल्या हजारो लोकांना हुसकून काढण्यासाठी फक्त एक तास पुरे होता.

यावरून हा धडा मिळतो की, निवडून आलेल्या लोकप्रतिनिधींनी त्यांच्या मतदारांच्या विशिष्ट गरजा आणि इच्छा अपेक्षा जाणून घेण्यासाठी त्यांच्याशी नियमित भेटीगाठींद्वारे विचारविनिमय केला पाहिजे आणि त्यांना तो करायला लावला पाहिजे. या लोकप्रतिनिधींनी मतदारांच्या भावना त्यांच्या 'पक्षश्रेष्ठीं' पर्यंत प्रामाणिकपणे व परिणामकारकपणे पोहोचवल्या पाहिजेत.

हे दोन धडे जर यापूर्वीच आत्मसात केले असते, तर या देशात पायाभूत संरचनेची वानवा भासली नसती, आपल्या देशाच्या ईशान्येकडील भागाशी संपर्क व दळणवळण अधिक चांगल्या प्रकारे निर्माण झालं असतं, आणि आपण कष्टानी मिळवलेला पैसा परदेशी स्थळांकडं वळला नसता.

हा आहे विश्वासाचा अभाव

आजच्या राजकारण्यांना, लोकांनीच त्यांचं प्रतिनिधित्व करण्यासाठी निवडून दिलेले असलं तरी, दुर्दैवाने, त्यांना त्यांच्याशी निगडीत कोणत्याही गोष्टीबद्दल अत्यल्प जनाधार लाभतो.

इथं विचारात घेलेला मुद्दा आहे, तो संसद सदस्यांच्या वेतनवृद्धीच्या सध्या सुरू असलेल्या विषयाचा. त्यांचं वेतन दरमहा १५,००० रुपयांवरून ५०,००० रुपयांवर नेणं, शिवाय प्रवास, इतर राहणीमान, अधिवेशनांना उपस्थिती यांसाठी भरभक्कम भत्ते वगैरे वगैरे....

अनेक लोकांच्या दृष्टीने राजकारणी, हा वर्ग वाईट ठरला आहे. लोकप्रतिनिधीचं अतिशय अगत्यानं स्वागत होताना दिसतं, त्यांना पुष्पहार घातले जातात, भेटवस्तू दिल्या जातात, अनेकजण त्यांच्याकडच्या समारंभांना त्यांना आमंत्रित करत असतात असं चित्र असूनही, अशी परिस्थिती आहे. राजकारणाशी संबंध नसलेल्या कुटुंबांपैकी बऱ्याचजणांना आपल्या मुलांनी राजकारणात जायला नको आहे कारण त्यांना घरादाराला त्याचा उपद्रव नको आहे. जी कुटुंबं राजकारणाच्या बिझनेसमध्ये आहेत, त्यांच्या घरातल्या मुलांचा या व्यवसायात स्वाभाविकपणे प्रवेश होतो, त्याला अनेकजण घराणेशाहीचं राजकारण असं म्हणतात.

काही अपवाद वगळता राजकारणी वर्गानं लोकांचा विश्वास गमावला आहे. त्यांच्या वागण्याबोलण्यात मेळ नसल्याचं अनेकदा दिसतं. जसा वारा फिरेल तशी ते पाठ फिरवताना दिसतात. त्यांच्या निष्ठा बदलतात. ते हांजी हांजी करताना दिसतात. त्यांच्यातले बहुतेकजण त्यांच्या आवाक्याबाहेरचं आलिशान आयुष्य जगताना आणि सार्वजनिक

साधनस्त्रोतांचा दुरुपयोग करताना दिसतात. त्यांची मुलंसुद्धा दादागिरी करतात. हे दुर्दैवी वास्तव आहे आणि ते कोणत्याही लोकशाहीत स्वागतार्ह नाही

आपल्याकडं सर्व नियुक्त राजकीय प्रतिनिधींसाठी मूल्यमापन पद्धती असायला हवी, त्यामध्ये त्यांच्या कामगिरीचं मूल्यमापन होण्याबरोबरच 'रिपोर्ट कार्ड' पद्धतही असायला हवी.

२४ × ७ दूरचित्रवाहिन्यांवरून विधानसभा व संसद यात निवडून गेलेल्या उमेदवारांच्या बेशिस्त आडदांड कृत्यांची दृश्यं पाहून मतदारांच्यात असाहाय्यपणाची भावना घेरून येते आणि आपल्याला उमेदवारांना नाकारण्याचा अधिकार किंवा रद्द करण्याचा अधिकार असायला हवा होता, असं वाटतं. कायद्यामध्ये तशी तरतूद नाही आणि बहुधा कधी होणारही नाही. कायद्यात दुरुस्त्या केल्या तरच या सुधारणा घडू शकतील. पण राजकारणी मंडळी त्या करतील काय?

हा लेख लिहित असताना मी अशी बातमी ऐकली की ईशान्येकडील एका राज्याच्या माजी मुख्यमंत्र्यांना १००० कोटींच्या घोटाळ्यात सहभाग असल्यावरून अटक झाली. ते राज्याच्या सर्वात तरुण मुख्यमंत्र्यांपैकी एक गणले जातात. ते अनेक वर्षं मुख्यमंत्रीपदावर होते. त्या भागात पोलीससेवेत असणाऱ्या माझ्या अनेक सहकाऱ्यांनी या व्यक्तीच्या भ्रष्ट वर्तणुकीबद्दल खासगीत सांगितल्याचं मला स्मरतंय. अखेर, जनहित याचिकेच्या आधारे न्यायसंस्थेमार्फत त्यांच्यावर कारवाई करण्यात आली.

असेच आणखी एक माजी मुख्यमंत्री तुरुंगात आहेत. नक्षलवादी कारवाया सुरू असलेल्या राज्याचे हे माजी मुख्यमंत्री पॅरोलवर सुटून संसदेच्या अधिवेशनाला उपस्थित राहणार आहेत.

संसद सदस्यांच्या वेतनवृद्धीच्या मागणीला इतका तीव्र आक्षेप घेतला जाण्याचं मुख्य कारण म्हणजे, लोकांना ते याला पात्र नाहीत असं वाटतं आणि याला कारणीभूत आहे तो विश्वासाचा संपूर्ण अभाव. या लोकांकडं पुरेसा पैसा आहेच, असं मानलं जातं. त्यांच्यापैकी निम्म्यापेक्षा अधिक जण (३००) कोट्यधीश आहेत हे लोकांना ज्ञात आहे.

यासंदर्भात मला असं वाटतं की, वेतनवृद्धी होवो अथवा ना

होवो, आपल्याकडे सर्व नियुक्त राजकीय प्रतिनिधींसाठी मूल्यमापन पद्धती असायला हवी. त्यामध्ये त्यांच्या कामगिरीचं मूल्यमापन होण्याबरोबरच 'रिपोर्ट कार्ड' पद्धतही असायला हवी.

जी जनता लोकप्रतिनिधी निवडून देते, त्या जनतेला आपल्या नेत्यांनी निधींचा वापर करून आपल्यासाठी काय केलं आहे आणि दिलेल्या वचनांची पूर्ती केली आहे की नाही हे कळण्याचा हक्क नाही काय? या मूल्यमापनासाठी विशिष्ट कामगिरीची अनेक क्षेत्रे विचारात घेता येतील. त्यामध्ये, त्याव्यक्तीने निवडून आल्यापासून किती शाळा सुरू केल्या, किती दवाखाने सुरू केले या बाबींचा, जनतेला अधिक सुरक्षा प्रदान करण्यासाठी पोलीस दलाचं सक्षमीकरण केलं आहे काय, किती नोकऱ्या निर्माण केल्या, रस्ते सुधारणा झाली काय, स्थानिक प्रशासनाचा दर्जा सुधारला काय, बालकल्याण, स्त्री-पुरुष समानता, पर्यावरण यासह अनेक बाबी प्रमुख असल्या पाहिजेत. निवडून आलेल्या लोकप्रतिनिधींनी क्रियाशील नेतृत्व करण्याची गरज आहे. त्यांनी टीम तयार करून लोकांच्या गरजा ओळखून परिवर्तन घडवण्यासाठी कार्यरत राहिलं पाहिजे. यामध्ये त्यांची भूमिका संप्रेरका सारखी असली पाहिजे.

यासाठी एक चांगला मार्ग म्हणजे नव्या लोकप्रतिनिधीने त्याला आधीपासून काय संचित मिळालं आहे हे जाहीर करावं आणि आपण काय करणार आहोत, काय करवून घेणार आहोत, कशाची दक्षता घेणार आहोत, कशाला चालना देणार आहोत, कशाला पाठिंबा देणार आहोत, कशाचा आरंभ करणार आहोत, कशाला प्रोत्साहन देणार आहोत, कोणत्या कामात झोकून देणार आहोत, कोणत्या कामांची गती वाढवणार आहोत, जनतेला काय देणार आहोत, आहे त्यात कशा प्रकारे वृद्धी करणार आहोत, काय परिवर्तन घडवणार आहोत, कोणत्या प्रकारच्या सुधारणा घडवणार आहोत, या आणि अशा गोष्टी जाहीर कराव्यात. कामगिरीचा आढावा घेणारी स्वतंत्र टीम व समाजातील बिगर-राजकारणी सदस्य यांनी लोकप्रतिनिधीच्या कामगिरीचं मूल्यमापन करून ते लोकांच्या माहितीसाठी जाहीर करावं. अशा प्रकारे चांगली अथवा उत्तम कामगिरी दर्शवणारी श्रेणी सांगणाऱ्या या मूल्यमापनातून कामाचं कौतुक तरी होईल किंवा लाजिरवाणी परिस्थिती तरी उघड होईल.

या वस्तुनिष्ठ मूल्यमापनावरून किमान मतदारांना आपल्या प्रतिनिधीची कामगिरी तरी कळेल आणि भविष्यात त्याला नाकारायचं का स्वीकारायचं ते ठरवता येईल.

लोकनियुक्त प्रतिनिधींनाही न्याय्य रीतीने वागवलं जाण्यासाठी, काम करताना येणारी मतदार संघातील आव्हाने वा मर्यादा, यांचीही यादी करता येईल. एखाद्या ठिकाणी साधन स्रोत उपलब्ध नसणं किंवा त्यांची वानवा असणं किंवा घडू नयेत अशा अनपेक्षित दुःखद घटना घडणं, अशा समस्या असू शकतात.

लोकप्रतिनिधीने केलेली कामं, सचोटी, बांधिलकी आणि त्याचा सक्रिय सहभाग या गोष्टीचं आणि तो लोकप्रतिनिधी दिलेल्या वचनांना जागला आहे काय या गोष्टींचंही मूल्यमापन व्हायला हवं.

आजवर मूल्यमापनाची कोणतीच पद्धत अस्तित्वात आलेली नाही. उद्दिष्टाधारित मूल्यमापन केलं जात नाही. लोक नाखुषीनंच मतदानाला जातात. आपण ज्या उमेदवाराला मतदान करतोय तो मत देण्याच्या पात्रतेचा आहे की नाही, याची त्यांना कल्पनाच नसते आणि आपल्याला इतर कुठले पर्याय आहेत का, हेही माहीत नसतं.

भारताला वाढत्या भ्रष्टाचारापासून वाचवायचं असेल आणि शासनाच्या अकार्यक्षमतेपासून भारतीयांचे रक्षण करायचं असेल, तर या संदर्भात ताबडतोब उपाययोजना होण्याची गरज आहे.

सरकारला इशारा दिला होता, तरी त्यांनी केले नाही

'आधुनिक काळाचे गांधी,' म्हणून ओळखल्या जाणाऱ्या अण्णा हजारे यांनी 'जनलोकपाल विधेयक,' या सशक्त भ्रष्टाचार विरोधी कायद्याचा संयुक्त मसुदा तयार करण्याच्या (सरकार व सिव्हील सोसायटी सदस्य यांनी तयार केलेला) मागणीसाठी आमरण उपोषण करण्याचं जाहीर केलं आणि 'प्रचंड माजलेला भ्रष्टाचार,' या सर्वांच्या समान शत्रूविरूद्ध अभूतपूर्व जनक्षोभ उसळला.

भ्रष्टाचाराच्या मुद्यानं सर्वांच्याच काळजाची तार छेडली. आता आवश्यकता होती, ती भ्रष्टाचार सोसणाऱ्या माणसांना चेतवून त्यांना संघटित करू शकेल अशा विश्वासार्ह स्फुलिंगाची!

५ एप्रिल रोजी अण्णांनी दिल्लीत आमरण उपोषण सुरू केलं, तेव्हा काही अपवाद वगळता भारतीय जनता त्यांच्या पाठीशी उभी राहिली. त्यामध्ये स्त्री-पुरुष, आबालवृद्ध, शहरी व ग्रामीण तरुणाई, भारतात राहणारी व परदेशात वास्तव्य करणारी जनता होती. अगदी शाळकरी मुलंसुद्धा "मी अण्णा आहे," असं म्हणत होती. भारतात असं दृश्य स्वातंत्र्योत्तर काळात अथवा जयप्रकाश नारायण यांच्या सत्तरच्या दशकातील चळवळीनंतर पाहायला मिळालं नव्हतं.

तेव्हापासून टीकाकारांकडून एक प्रमुख प्रश्न उपस्थित केला जातोय, तो म्हणजे, **"अण्णांनी व्यवस्थेला ब्लॅकमेल केलं का?"**

या साऱ्याचा आरंभ कसा झाला, याची ही कहाणी.

अण्णांनी उपोषणाला बसण्याचा निर्णय काही एका रात्रीत घेतला नव्हता. त्यांनी आणि 'इंडिया अगेन्स्ट करप्शन' (IAC) समूहातील त्यांच्या टीमने सरकारला जनलोकपाल विधेयकाचा मसुदा (वर्किंग ड्राफ्ट) सादर केला होता. हा मसुदा शांती भूषण, प्रशांत भूषण, संतोष हेगडे आणि आरटीआय चळवळीचे अरविंद केजरीवाल आणि 'सिव्हिल सोसायटी'च्या विद्वजनांनी अनेक महिने विचारविनिमय करून तयार केला होता. हा मसुदा सरकारनं तयार केलेल्या कमकुवत लोकपाल विधेयकाच्या अगदी विरूद्ध होता. सरकारने जर प्रभावी विधेयक तयार केलं असतं, तर लोकांवर विरोध करण्याची वेळ कशाला आली असती?

आणि त्यावर कळस म्हणजे, इतक्या चिवटपणे पाठपुरावा करूनसुद्धा जेव्हा सरकारकडून समाधानकारक प्रतिसाद मिळाला नाही, तेव्हा अण्णांनी पंतप्रधानांना पुन्हा एकदा पत्र लिहून त्यांचा निर्धार कळवला.

अण्णांनी उपोषणाला प्रारंभ करण्याच्या जवळजवळ महिनाभर आधी पंतप्रधानांना लिहिलेलं हे अखेरचं पत्र.

दिनांक : ८ मार्च २०११
डॉ. मनमोहन सिंग,
पंतप्रधान, भारत, नवी दिल्ली.

विषय : जनलोकपाल विधेयकासंबंधी आपल्या चर्चासंदर्भात.

प्रिय डॉ. सिंग,

जनलोकपाल विधेयकासंबंधी चर्चा करण्यासाठी आपण दिलेल्या निमंत्रणावरून आम्ही आपल्याला भेटलो, तेव्हा आपण 'इंडिया अगेन्स्ट करप्शन' (IAC) च्या टीमला दिलेल्या सौजन्यपूर्ण वागणुकीबद्दल आम्ही आपले आभारी आहोत.

संपूर्ण देश भ्रष्टाचारामुळे व्यथित असताना, तुम्ही संसदेच्या अधिवेशनामुळे व आगामी विधानसभा निवडणुकांमुळे, १३ मे पर्यंत या विषयासंदर्भात कृती करण्यास असमर्थता व्यक्त केल्यामुळे आम्ही चिंताकुल आहोत. २५ मार्चनंतर आयएसीच्या प्रतिनिधींसमवेत मंत्रीगटाच्या उपसमितीची 'प्रतिकात्मक', बैठक घेण्याचा पर्याय तुम्ही सुचवला

होता. ही प्रतिकात्मक बैठक घेण्यापेक्षा खाली नमूद केलेली पावले उचलल्यास खऱ्या अर्थाने या कार्याचा आरंभ होईल, असे आम्हास वाटते.

१. मी तुम्हाला यापूर्वी पाठवलेल्या पत्रात लिहिल्या प्रमाणे, सरकारने 'जनलोकपाल विधेयक समिती' (JLBC) ताबडतोब स्थापन करावी. या समितीत 'सिव्हिल सोसोयटी' चे पाच सदस्य असावेत (आयएसीने सुचविलेले) आणि सरकारच्या वतीने लोकपाल विधेयकाचा मसुदा तयार करण्यासाठी सरकारमधीलही तितकेच सदस्य असावेत. या समीतीचे प्रमुखपद 'सिव्हिल सोसायटी'च्या प्रतिनिधीकडे असावे.
२. जनलोकपाल विधेयक समितीने आयएसीने बनवलेले जनलोकपाल विधेयक 'वर्किंग डाफ्ट' मानावे.
३. जनलोकपाल विधेयक समितीने १३ मे २०११ पर्यंत त्यांचा अंतिम अहवाल सादर करावा.
४. या समितीने सादर केलेला अहवाल अंतिम मानण्यात यावा व त्याची आणखी कुठल्या समितीमार्फत फेरतपासणी करण्यात येऊ नये. त्यामुळे आमची अशी विनंती आहे की, सरकारमधील अशा व्यक्तींचा या समितीत समावेश करण्यात यावा, ज्यांना निर्णय घेण्याचे थेट स्वातंत्र्य आहे किंवा जे निर्णय घेणाऱ्या प्रमुख व्यक्तींच्या थेट संपर्कात आहेत.
५. वरीलप्रकारे तयार केलेले जनलोकपाल विधेयक, या वर्षाच्या अखेरीपर्यंत संसदेच्या दोन्ही सभागृहांत संमत होण्याच्या दृष्टीने पावसाळी अधिवेशनात मांडावे. बैठकीमध्ये आपण तसे कबूल केले होते.

वर नमूद केलेल्या बाबींची अंमलबजावणी करून सरकारने भ्रष्टाचाराविरोधी कारवाई करण्याची खरी इच्छा दर्शविली नाही, तर मी ५ एप्रिलपासून आमरण उपोषणाला प्रारंभ करण्याच्या निर्णयावर कायम आहे.

आपला,
(अण्णा हजारे)

या सगळ्या गोष्टींमधून पुरेसा इशारा नव्हता काय? (*वाचक*

आयएसीच्या संकेतस्थळावरून पाठवलेली याआधीची सर्व पत्रेही पाहू शकतात www. indiagainstcorruption. org) यानंतर आता सरकार किंवा इतर कुणी 'आम्हाला 'ब्लॅकमेल' करण्यात आलं,' असं म्हणू शकेल काय?

> *सरकारनं या सगळ्या पत्रांकडं कानाडोळा केल्यामुळं अण्णांनी आमरण उपोषण सुरू केलं. सरकारनं भ्रष्टाचाराच्या तीव्र प्रश्नाबाबत कसलीच घाई दाखवली नाही.*

सरकानं या सगळ्या पत्रांकडे कानाडोळा केल्यामुळे अण्णांनी आमरण उपोषण सुरू केलं. सरकारनं भ्रष्टाचाराच्या तीव्र प्रश्नाबाबत कसलीच घाई दाखवली नाही.

आयएसीनं तयार केलेल्या जनलोकपाल विधेयक कक्षेत सर्व स्तरावरचे अधिकारी येतात. हे विधेयक मंत्र्यापासून संत्र्यापर्यंत सर्वांना, चौकशीच्या कक्षेत आणतं, त्यामध्ये नोकरशाही व न्यायधीशांचाही समावेश आहे. पण त्याचबरोबर कोणतीही योग्य कायदेशीर कारवाई पार पाडताना कोणत्याही प्रकारच्या बाह्या दबावापासून त्यांचं संरक्षण करतं. या विधेयकात गैरमार्गाने मिळवलेली मालमत्ता जप्त करण्याची तरतूद आहे. सरकारी विधेयकात अशा कोणत्याही बाबींची तरतूद नाही.

संसदेनी, घोटाळ्यांसंबंधी चर्चा करताना, प्रभावी कायद्याची मागणी सामुदायिकरीत्या केली असती, तर अण्णांचं उपोषण टाळता आलं असतं. पण तसं घडलं नाही. आणि त्यानंतरच सिव्हिल सोसायटीनं यामध्ये हस्तक्षेप केला होता.

अण्णांच्या व्यक्तिगत त्यागानं भारतातील व्यथित जनसमुदायाच्या काळजाची तार छेडली म्हणून याला सर्वाजनिक 'ब्लॅकमेल' म्हणता येईल? का ही उच्च कोटीची सद्सद्विवेकबुद्धी आहे, जी आपल्याला ६३ वर्षांपूर्वी स्वातंत्र्य कसं मिळालं होतं याचं स्मरण देते? यामुळे आजचा तरूण भारत जागृत झाला. त्याला गांधीजींसारखीच एक व्यक्ती लढा देण्यासाठी मिळाली... प्रचंड पसरलेल्या भ्रष्टाचाराविरूद्ध लढा देण्यासाठी. फरक इतकाच आहे की, यावेळी युद्ध आपल्याच लोकांविरूद्ध आहे. हाव आणि कपटीपणाच्या आहारी गेलेल्या लोकांविरूद्ध.

भ्रष्टाचारी व्यक्तीला कशा प्रकारे शिक्षा व्हावी?

टू जी स्पेक्ट्रम घोटाळा, राष्ट्रकुल क्रीडास्पर्धांतील घोटाळा यांची व्याप्ती, राज्याच्या अंदाजपत्रकातून लूट (झारखंड) किंवा राष्ट्रीय संपत्तीला गळती (हसन अली प्रकरण) यातून निवडून दिलेले लोकप्रतिनिधी, लोकांची श्रद्धा व विश्वास पूर्णत: पायदळी तुडवतात...

या साऱ्या पांढरपेशा व सुशिक्षित लोकांच्या- 'व्हाईट कॉलर' गुन्ह्यांकडं तुम्ही कसे पाहता यावर या प्रश्नाचं उत्तर अवलंबून आहे. त्यामुळे या निर्लज्ज लुटीकडं ज्या तिरस्कारानं पाहायला हवं, तसं पाहायचं तर, गुन्हेगारी न्याय व्यवस्थेनं दैनंदिन खटले चालवले पाहिजेत, तेसुद्धा तुरूंग परिसरातच उभारलेल्या विशेष न्यायालयात. असं केलं तर, लोकांचं लक्ष दुसरीकडं वेधण्याच्या प्रयत्नांना आळा बसेल आणि एकदा शिक्षा झाली की, लुटलेला पैसा राज्याकडं जमा होईल अथवा तो कायदेशीररित्या ज्यांच्या मालकीचा आहे त्यांना तो परत केला जाईल.

यातून सगळ्यापर्यंत ठाम संदेश पोहोचायला हवा. तो म्हणजे 'सफेद कॉलर' गुन्हा खपवून घेतला जाणार नाही. त्यामुळे प्रत्येकाने आपल्या जबाबदारीवर धोका पत्करावा.

खरं तर, सफेद कॉलर गुन्हेगार तुलनेनी अधिक शिक्षित आणि कावेबाज असतात. ते त्यांच्या गुन्ह्यांच्या योजना काळजीपूर्वक आखतात. त्यांच्या दृष्टीने - मागे काही खुणा उरू नयेत अशा बेताने. त्यांच्याजवळ पैशाचं बळ आणि प्रभाव असल्यामुळे बहुतेकसे लबाड लोक कायद्याला

हुलकावणी द्यायचा प्रयत्न करतात आणि अन्याय चालू ठेवण्यात यशस्वी होतात. त्यामुळे अशी सर्वसामान्य समजूत आहे की, सफेद कॉलर गुन्हा लाभदायी ठरतो कारण, त्यामध्ये कमी जोखमीत भरघोस फळं मिळतात.

यातून सगळ्यापर्यंत ठाम संदेश पोहोचायला हवा, तो म्हणजे 'सफेद कॉलर' गुन्हा खपवून घेतला जाणार नाही, त्यामुळं प्रत्येकानं आपल्या जबाबदारीवर धोका पत्करावा.

भ्रष्टाचार आणि आर्थिक बनवेगिरीने, तरुणांपुढं नको ते आदर्श निर्माण केले आहेत. अशा लबाड व्यक्ती पदं, संपर्क, आराम, सार्वजनिक दर्शन, जागा, चकचकाट आणि वरच्या दिशेने जाण्याचे मार्ग पैशाने विकत घेतात. आणि मातीच्या ओल्या गोळ्यासारख्या तरुण मनांना त्यांच्याशी बरोबरी करायची असते.

ही समजूत बदललीच पाहिजे. त्यासाठी, मादक द्रव्ये जवळ बाळगताना सापडल्यावर जसं तुरूंगात सडणं अटळ असतं, तशा प्रकारची तरतूद केली पाहिजे. भ्रष्टाचार आणि फसवणूक याचं सध्याचं चित्र पाहता, हा सर्वात प्रभावी प्रतिबंधक मार्ग ठरेल.

न्यायप्रक्रिया जलद होण्यासाठी आपल्याकडे 'ज्यूरी ट्रायल' – पद्धत पुन्हा सुरू व्हावी, असं मला वाटतं. त्यामध्ये सिव्हिल सोसायटीचे स्वीकृत सदस्य असावेत आणि अशा लबाड व्यक्तींना, तुरुंगातून बाहेर आल्यावर रेडिओ टॅग्ड केलं जावं या पद्धतीमुळे अशा व्यक्ती समाजातून बहिष्कृत केल्या जातील.

आज भ्रष्टाचाराला ऊत आलेला आहे आणि निरनिराळ्या स्तरांवर प्रभावी आणि प्रतिबंधक भ्रष्टाचारविरोधी पायाभूत संरचना नाही. अशा परिस्थितीत आपण लबाड व्यक्तींना तुरूंगात टाकायला हवं आणि व्यवस्थित शिक्षा करून बाहेर आणायला हवं, किंवा कलंक कसा पुसायचा हे शिकण्यासाठी तुरुंगातच डांबून ठेवायला हवं.

कुंपणानं शेत खाणं कसं थांबवायचं?

दिल्लीच्या रामलीला मैदानावर जनलोकपाल विधेयकासाठी प्रचंड निदर्शनं सुरू होती, तेव्हा मी तिथं जमलेल्या हजारो लोकांसाठी "अण्णांची शाळा" भरवायचे. म्हणजेच, तिथे जमलेल्या जनसमुदायाला आपण इथे कशासाठी जमलो आहोत आणि आता आपल्याला योग्य प्रकारचा कायदा का मिळाला पाहिजे, हे समजावून सांगायचे. तसंच, देशाला भ्रष्टाचारावर मात करण्यासाठी प्रभावी कायदा लाभला तर आपल्या सर्वांनाच काय फायदे होतील, हेही सांगायचे.

मला आठवतंय, 'तुम्हाला लाच अथवा भ्रष्टाचाराची तक्रार नोंदवायची असल्यास ती कुठल्या टेलिफोन नंबरवर नोंदवायची हे तुम्हाला माहीत आहे काय?' असा प्रश्न विचारला असता, इतक्या उपस्थितांमध्ये जवळजवळ कुणालाच याचं उत्तर माहीत नसायचं.

अशावेळी आपण कुठे जायचं, कुणाकडे तक्रार करायची, हे खात्रीनं कुणीच सांगू शकत नव्हतं. एवढंच नव्हे तर भ्रष्टाचार, हा हिंसात्मक गुन्ह्यांत मोडतो, चोरी- खंडणी- विश्वासघात यामध्ये मोडतो, की फसवणुकीत मोडतो हेही त्यांना माहीत नव्हतं. वास्तविक, लाच मागणं व देणं हा कायद्यान्वये गुन्हा आहे. कोणत्याही गुन्ह्यांची तक्रार नोंदवण्यासाठी १०० नंबरला पोलीसांना फोन करता येतो हे, त्यांना माहीत होतं, पण मी जेव्हा त्यांना प्रश्न केला की, 'भ्रष्टाचाराच्या गुन्ह्यांची तक्रार करण्यासाठी तुम्ही पोलीसांना का फोन करत नाही?' तेव्हा ते सगळेजण हसले आणि एका सुरात म्हणाले, "कारण पोलीसच भ्रष्टाचारी आहेत!"

कुंपणच शेत खात आहे, अशी परिस्थिती का उद्‌भवली आहे? अण्णा म्हणतात तसं राखणदारांवरच लक्ष ठेवण्याची गरज आहे. समाजाच्या दृष्टीनं, ही परिस्थिती अत्यंत वाईट आहे.

याला अनेक गोष्टी कारणीभूत आहेत; पण त्यातील सर्वांत महत्त्वाच कारण म्हणजे पोलीस खाते. देशानं अद्याप यासंबंधीचे कायदे केलेले नाहीत. अजूनही स्वातंत्र्यपूर्व काळातील पद्धतीनुसार, पोलीसांवर राजकीय व नोकरशाही, यांचं नियंत्रण आहे. या संदर्भातील कायद्यांत सुधारणा झालेल्या नाहीत.

सचिवालयातल्या कुणाही अधिकाऱ्याला आणि राज्यातील कोणत्याही पोलीस प्रमुखाला काय चालू आहे ते माहीत नव्हतं काय? आणि जर माहीत असेल तर त्यांनी त्या संदर्भात काय केलं? आणि जर त्यांना त्याची काही कल्पनाच नसेल तर ती का नव्हती? त्यांच्यापैकी कुणालाही अकार्यक्षमतेबद्दल किंवा भ्रष्टाचाराच्या गुन्ह्यांची माहिती न दिल्याबद्दल शिक्षा झाली आहे का?

एखाद्या एसएचओनं अथवा निरीक्षकानं एखाद्या आघाडीच्या राजकीय नेत्यावर, मुलकी अधिकाऱ्यावर, वरिष्ठ अधिकाऱ्यावर, अथवा कंपनी प्रमुखावर, भ्रष्टाचाराच्या आरोपाखाली कारवाई केल्याचं आपण कधी ऐकलंय काय? मात्र तो गुन्हे व कायद्याचं उल्लंघन केल्याच्या आरोपाखाली दररोज कितीतरी सामान्य माणसांविरूद्ध तक्रारी दाखल करत असतो.

आपल्याकडे ३५ राज्ये व केंद्रशासित प्रदेशांत मिळून जवळपास एक कोटी साठ लाख पोलीस आहेत. त्यामध्ये राज्य गुन्हे शाखा, भ्रष्टाचार प्रतिबंधक ब्यूरो, विशेष तपास पथके, आर्थिक गुन्हे विभाग, दक्षता विभाग, गुप्तवार्ता विभाग आणि १३००० पेक्षा जास्त पोलीस ठाणी समाविष्ट आहेत- तरीसुद्धा, शेकडो ज्ञात घोटाळ्यांपैकी कोणताही घोटाळा उघडकीला येऊ शकला नाही किंवा त्याचा तपास लागू शकला नाही. आणि अपराध्यांना अटक होऊन त्यांच्यावर कायदेशीर कारवाई यशस्वीपणे होऊ शकली नाही, असं का?

सचिवालयातल्या कुणाही अधिकाऱ्याला आणि राज्यातील कोणत्याही पोलीस प्रमुखाला काय चालू आहे ते माहीत नव्हतं काय? आणि जर माहीत असेल तर त्यांनी त्या संदर्भात काय केलं? आणि जर त्यांना

त्याची काही कल्पनाच नसेल तर ती का नव्हती? त्यांच्यापैकी कुणालाही अकार्यक्षमतेबद्दल किंवा भ्रष्टाचाराच्या गुन्ह्यांची माहिती न दिल्याबद्दल शिक्षा झाली आहे का? २००५ साली माहितीचा अधिकार कायद्याची अंमलबजावणी होण्याआधी काय घडत होतं? तेव्हा भ्रष्टाचार घडतच नव्हता असं आपल्याला म्हणायचं आहे काय?

खरी गोष्ट अशी आहे की, पोलीसांची नेमणूक, बदली, निलंबन, विभागांतर्गत काम, बढती आणि निवृत्तीनंतर पुनर्नियुक्ती या सगळ्या बाबतीत आपल्या राजकीय व नोकरशाही कारभार पद्धतीनं, सत्तेचा दुरूपयोग करून पोलीस यंत्रणेला गुलाम बनवलं आहे. सचिवालयात ते त्यांच्यासोबत आर्थिक ताकदही ठेवतात.

कुणाही विरुद्ध एफआयआर दाखल करताना, सर्वोच्च राजकीय अधिकारी व्यक्तींची खास मंजुरी आणि मान्यता लागते हे वास्तव आहे.

मग यावर उपाय काय?

आपण १८६१ च्या पोलीस कायद्यात सुधारणा करून त्याजागी पोलीस यंत्रणेच्या सध्याच्या गरजा भागतील असा कायदा केला पाहिजे. मॉडेल पोलीस विधेयकाचा मसुदा तयार आहे, तो केंद्र सरकारकडे प्रलंबित आहे.

सर्वोच्च न्यायालयाच्या निकालात, 'कायद्याची अंमलबजावणी,' ही पोलीसांची जबाबदारी आहे असं म्हटलेलं असलं तरी, कायदा आणि पोलीस यांच्या दरम्यान सर्वच स्तरांवर, राजकीयदृष्ट्या ताकदवान माणसांची संपूर्ण फळी असते. हे लोक कारवाई होऊ देत नाहीत आणि काय करायचं हे ठरवतात. यामध्ये पोलीस नेतृत्व सहभागी असतं. राजकारणी आणि नोकरशाही, पोलीस नेतृत्वाला दुय्यम समजतं आणि त्यापुढे जाऊन खालच्या अधिकाऱ्यांनाही तशीच वागणूक देतं.

मी जे काही नमूद करत आहे त्यामध्ये ठळक अपवाद आहेत. पण मुद्दा असा आहे की, स्वतंत्र व्यक्ती यंत्रणा सुधारल्याखेरीज, फारसं काही करू शकत नाही.

जनलोकपाल विधेयक वास्तवात येण्यासोबतच संसदेच्या हिवाळी अधिवेशनात ते मंजूर होईल अशी आशा आहे. सध्याची भ्रष्टाचारविरोधी चळवळ अधिक मजबूत करायची असेल तर एक गोष्ट तातडीनं

व्हायला हवी, ती म्हणजे पोलीस यंत्रणा राजकीय व नोकरशाहीच्या नियंत्रणातून मुक्त होणं.

सर्वोच्च न्यायालयानं ऑगस्ट २००६ मध्ये त्यांच्या निकालात केलेल्या शिफारसीनुसार, राज्याचे गृहमंत्री, मुख्य सचिव, गृहसचिव, विरोधी पक्षनेता, समाजातील मान्यवर प्रतिनिधी यांचा, आणि सचिव पदी राज्याच्या पोलीस महासंचालकांचा राज्य पोलीस सुरक्षा आयोग अथवा मंडळामार्फत पोलीसांचं पर्यवेक्षण व्हावं. या मंडळात समावेश असावा.

त्यांच्या निकालाची, अंमलबजावणी सर्वोच्च न्यायालयच करून घेऊ शकते. न्यायालयाचा अवमान केल्याप्रकरणी याचिका या संदर्भातील निष्क्रियतेमुळं प्रलंबित आहे.

यासंदर्भात कृती घडेपर्यंत पोलीस मुख्यालयांना भ्रष्टाचाराच्या बाबतीत केवळ बघ्याची भूमिका घ्यावी लागणार आहे. लोकपाल आणि लोकायुक्त यांनी राजकीय हस्तक्षेपाचा धोका नसलेल्या व नवचैतन्य लाभलेल्या पोलीस यंत्रणेसोबत एकदिलानं काम करण्याची गरज आहे. प्रस्तावित जनलोकपाल विधेयकानुसार, हे करत असताना कारवाई करणाऱ्यांना संरक्षण आणि विश्वासर्ह खबर देणाऱ्यांना बक्षीसी दिली जाईल.

जर हे घडलं तर, आपण आपल्या आयुष्यात केवढी तरी क्रांती घडलेली पाहू!

होय, 'नाही' म्हणणं हा अजूनही पर्याय आहेच

'**टी**म अण्णा'ची सदस्य या नात्यानं मी उत्तर प्रदेशातील अलाहाबाद, वाराणसी, अयोध्या, गोंडा, बस्ती, फतेहपूर चांदौली आणि इतर बऱ्याच ठिकाणी कित्येक मतदार जागृती सभांना उपस्थित होते.

त्यामुळे आत्ता मला असं वाटतं की, आपल्या देशात गेल्या चौसष्ट वर्षांत आम आदमीनं राजकारणी व सरकारी अधिकारी (काही अपवाद वगळता) यांच्यामुळे खूप त्रास भोगला आहे. तो नक्कीच टाळता येण्याजोगा होता. मी असं विधान करण्याचं कारण म्हणजे, देशाचा कारभार आणि प्रशासन, राजकारणी आणि सरकारी अधिकारीच चालवतात.

प्रत्येक जिल्ह्यात सरकारी अधिकाऱ्यांची यथायोग्य नियुक्ती झालेली आहे. हे अधिकारी स्पर्धा परीक्षांमधून, यथोचित निवडप्रक्रियेतून पार होऊन आले आहेत आणि नंतर प्रशिक्षण अकादमीमधून उत्तीर्ण झालेले आहेत. नियुक्तीनंतर हे अधिकारी नोकरीतील संपूर्ण सुरक्षिततेचं सुख उपभोगतात. त्याचा त्यांच्या कामगिरीशी काहीही संबंध नसतो. त्यांचे पगार आणि खर्च यांचा भार उचलणाऱ्या सामान्य माणसाशी त्यांना काहीही देणंघेणं नसतं. त्याच प्रकारे, प्रत्येक जिल्ह्यात यथायोग्य निवडून आलेले लोकप्रतिनिधी असतात– खेडे, पोटविभाग, शहरी, ग्रामीण अशा सर्व स्तरांवर ते लोकनियुक्त असतात आणि ते जबाबदार मानले जातात. पण आपल्या प्रतिनिधी पद्धतीच्या लोकशाहीत, पैसा आणि गुंडगिरीच्या ताकदीनं सामान्य माणूस चिरडला जातो. त्यामुळे आपल्याला सदोष प्रशासन आणि कारभाराचा त्रास सोसावा लागतो.

याची आणखी कारणं म्हणजे राजकारणी व नोकरशहा यांचे लागेबांधे, जबाबदारीच्या भावनेचा अभाव आणि प्रचंड भ्रष्टाचार. आम आदमींचा पैसा, त्याचं मत याच्या जोरावर हे सगळे अधिक श्रीमंत आणि निश्चिंत होत आहेत!

> *याचं आणखी एक कारण म्हणजे राजकारणी व नोकरशहा यांचे लागेबांधे जबाबदारीच्या भावनेचा अभाव आणि प्रचंड भ्रष्टाचार.*

निवडून आलेले प्रतिनिधी आणि निवड झालेली नोकरशाही यांनी लोकांचा पूर्णत: भ्रमनिरास केला आहे. आपण जे काही साध्य केलं आहे ते त्यांना न जुमानता, त्यांच्यामुळे नाही, असं म्हटलं तर चुकीचं ठरणार नाही. त्यांनी गरीब व अशिक्षित यांच्यासाठी असणारा पैसा लाटला आहे. सामान्य माणूस वंचित आणि गुलाम राहील अशा प्रकारे त्यांचं प्रशासन बनलेलं आहे.

जगण्याच्या रोजच्या लढाईतच सामान्य माणूस इतका जखडलेला आहे की, त्याला बाकी कशासाठीही वेळ किंवा शक्तीच उरत नाही; मग सत्ताधाऱ्यांना प्रश्न करण्याबद्दल बोलायलाच नको. सामान्य माणूस सतत या रांगेतून त्या रांगेत धावतच असतो... रॉकेल, रेशन, पाण्याचा टँकर, शाळाप्रवेश, दवाखाना, औषधं, खतं, आणि आता 'मनरेगा' वेतन ... रांगाच रांगा.

मी ज्या ज्या सभांत हजारोंच्या जनसमुदायाला मतदानचा हक्क बजावण्याचं आवाहन केलं त्या सगळ्या ठिकाणी लोकांनी प्रश्न केला,

"कुणाला मत द्यायचं?"

मी सांगितलं, "स्वच्छ उमेदवारांना".

त्यावर त्यांनी विचारलं, "कोणत्या?"

मी म्हणाले,"तुम्ही शोधा."

त्यावर ते म्हणाले,"आम्हाला नाही समजत."

आणि समजा त्यांनी त्या दृष्टीनं प्रयत्न केला तरी,"कुणी लायक नाही,"असं उत्तर येतं.

प्रत्येक वेळी आमचीच दांडी उडायची.

मग मला त्यांना कलम ४९-ओ बद्दल माहिती देणं भाग पडलं. 'रिप्रेझेन्टेशन ऑफ पीपल्स ॲक्ट'च्या या कलमातील तरतुदीनुसार,

मतदाराला मतपत्रिका पाहिल्यानंतर त्यातील कोणत्याच उमेदवाराला मत देऊ नये असं वाटलं तर तो संबंधित अधिकाऱ्याकडं जाऊन त्याला तसं सांगू शकतो. मग तो अधिकारी यासाठीच ठेवलेल्या 'रजिस्टर १७' मध्ये त्यांची नोंद करेल आणि मतदारानं मतदान केल्याची खूण म्हणून त्याच्या बोटाला न पुसली जाणारी शाई लावेल. याचाच अर्थ असा की, ते मत ''नो व्होट'' म्हणून नोंदवलं गेलं आहे. मुख्य निवडणूक आयोग प्रथमच असे क्रमांक खुले करणार आहे.

मी ज्या ज्या सभेत बोलले, त्या प्रत्येक ठिकाणी मी लोकांच्या भावना जाणून घेण्यासाठी एक प्रश्न केला होता. मी त्यांना विचारलं होतं की, तुम्हाला जर 'नाकारण्याचा अधिकार' हा पर्याय दिला, तर तुमच्यापैकी कितीजण त्याचा वापर करतील? त्यावर इतके हात वर व्हायचे की, ते पाहून लोक आपली पसंती म्हणून मत देण्याऐवजी सक्ती म्हणून मत द्यायला जात असतील असं वाटायचं, किंवा एकानं माझ्या ट्विटर पेज वर लिहिलं होतं तसं जर नाकारण्याचा अधिकार नसेल तर लोकं 'बेस्ट ऑफ द वर्स्ट'ला मत देत असणार.

प्रत्येक जाहीर सभेला राजकीय नेते हेलिकॉप्टरमधून यायचे आणि संगणक, नोकऱ्या, मोफत वीज, कमी व्याजानं कर्ज, उत्तम आरोग्य सुविधा अशा अनेक आश्वासनाची खैरात जाहीर करायचे.

एका सभेत मला एका मतदारानं चिठ्ठी पाठवून अशा प्रकारे कबूल केलेल्या गोष्टी पूर्ण न करणं हा गुन्हेगारी अपराध आहे का, अशी विचारणा केली होती.

मी म्हणाले होते, ''होय, भारतीय दंड संहितेच्या कलम ४२०(cheating) आणि ४०६ (breach of trust) अन्वये हा गुन्हा आहे.'' मी त्या मतदाराला हे ही सांगितलं होतं की, पोलीसांनी तक्रार अर्जावर सह्या करणाऱ्या हजारो लोकांच्या दबावामुळे एफआयआर नोंदवला पाहिजे. आणि जर पोलीसांनी त्याचीही दखल घेतली नाही, तर त्या वचनांचे सगळे पुरावे - म्हणजे बातम्यांच्या क्लिप्स, जाहिरनामे, व्हिडिओ रेकॉर्डिंग्ज घेऊन हे प्रकरण न्यायालयात नेता येईल.

हेलिकॉप्टर्स मधले व्हीआयपी हे ऐकत आहेत काय? मतदारांच्या नव्या पिढ्या येत आहेत...

भ्रष्टाचाऱ्याची सुटका नाही

''समजा तुमची एखादी वस्तू हरवली, अगदी खिशातलं छोटसं पाकीट हरवलं. ते पाकीट कुणीतरी मारलं आहे असं तुम्हाला वाटतंय, म्हणून तुम्हाला त्याची तक्रार करायची आहे, तर तुम्ही काय कराल?'' मी माझ्या समोरच्या जनसमुदायाला प्रश्न केला.

''अर्थातच, पोलीस ठाण्यात तक्रार देऊ. किंवा १०० नंबरला फोन करून पोलीस नियंत्रण कक्षाची गाडी मागवू,'' त्यांनी उत्तर दिलं. इतका साधा प्रश्न मी का विचातेय याचं आश्चर्य त्यांच्या चेहऱ्यावर दिसत होतं.

मी म्हणाले, ''बरोबर! आता मला सांगा, जर तुम्हाला लाच मागितली - चिरीमिरी किंवा मोठी – तर तुम्ही कुठं तक्रार द्याल... म्हणजे लाच घेणं अथवा देणं हा गुन्हा आहे असं तुम्ही मानत असाल तर याची तक्रार द्यायला तुम्ही कुठं जाल? यासंदर्भात तक्रार देण्यासाठी तुम्हाला नियंत्रण कक्षाचा किंवा अन्य कुठल्या ठिकाणचा संपर्क क्रमांक माहीत आहे का? तुम्ही १०० नंबरला फोन करून जशी मदत मागता तसा कुठला नंबर तुम्हाला माहीत आहे का?''

त्यावर एकही व्यक्ती उत्तर देऊ शकली नाही.

काहीजण म्हणाले,''भ्रष्टाचार प्रतिबंधक खात्याकडं?''

''हो, पण म्हणजे कुठं? ते कुठं आहे हे कुणी सांगू शकेल का?'' मी विचारलं.

अण्णा हजारेंनी गती दिलेल्या आणि बाबा रामदेव, श्री श्री रवीशंकर, दिल्लीचे बिशप यांच्यासह इतर प्रमुख श्रद्धास्थानांनी पाठिंबा

दिलेल्या भ्रष्टाचार विरोधी चळवळीच्या कार्यक्रमांमध्ये बोलताना मी हा प्रश्न पुनः पुन्हा विचारत आले आहे.

भारत गरीब देश नाहीये. भ्रष्टाचारामुळं तो गरीब राहिला आहे.

यामध्ये अडचण अशी आहे की, आजवर आपण दैनंदिन भ्रष्टाचाराच्या या मुद्याकडे लक्षच दिलेलं नाही. लोकांना भ्रष्टाचार प्रतिबंधक अशा खात्रीशीर यंत्रणेची माहितीच नाही. त्याची जाहिरात केली जात नाही, लोकांना तिथंपर्यंत पोहोचता येत नाही. त्यामुळे आपल्यापैकी बरेचजण लाच देतात तरी किंवा ती घेतात तरी.

आपल्याला आपलं काम करून घेण्यासाठी लाच द्यावीच लागणार हे आपण ओळखून असतो, अगदी पोलीस ठाण्यात तक्रार दाखल करण्यासारख्या सरळ गोष्टीतसुद्धा. आणि 'झटपट पैसा' हा आपला जन्मसिद्ध अधिकार आहे अशी लाच घेणाऱ्या सगळ्यांची समजूत आहे, जे काम करण्यासाठी सरकार पगार देतं ते काम करण्यासाठीसुद्धा. आणि जर त्याचे हात ओले केले नाहीत तर त्यानं का काम करावं? त्याला कशाची भीती तर अजिबात नसते. तक्रारींसाठी ९९९ किंवा १११ अशा क्रमांकाच्या फिरत्या गाड्या नाहीत, या संदर्भातली कामं पाहण्यासाठी कर्मचारी नाहीत आणि अशा कुठल्याही तक्रारीची दखल घेण्यासाठी स्वयंसेवक नागरिक नाहीत.

आपल्याकडं अशा प्रकारची यंत्रणा असती तर?... कल्पना करा. लाच मागणाऱ्या कुणाही व्यक्तीविरूद्ध फक्त एका फोनद्वारे तक्रार नोंदवता आली असती. आज एक आड एक भारतीयाच्या हातात मोबाईल फोन आहे. त्यामुळे ताबडतोब कॉल करणं शक्य होतं.

पण समस्या अशी आहे की, गेली चौसष्ट वर्षं आपण प्रचंड भ्रष्टाचाराच्या दलदलीत रुतत चाललो आहोत. गेल्या काही वर्षात तर या भ्रष्टाचारानं सगळ्या मर्यादा ओलांडल्या आहेत. प्रसारमाध्यमांनी त्याला दिलेल्या प्रसिद्धीमुळं, अनेक ध्येयवादी वकील व नागरिकांनी दाखल केलेल्या जनहित याचिकांमुळे आणि सर्वोच्च न्यायालयाच्या निरीक्षणांमुळे आपल्याला त्याची जाणीव झाली आहे.

भ्रष्टाचारामध्ये गुंतलेली रक्कम आता काही शे-कोटींत नसून, ती हजारो लाखो कोटींवर गेली आहे. टूजी स्पेक्ट्रम किंवा राष्ट्रकुल क्रीडास्पर्धेतील घोटाळ्यांत गुंतलेल्या रकमा आठवून बघा. याचं मुख्य

कारण म्हणजे, आपण गुंतवणुकीसाठी दारं खुली केली; पण विकासाचे लाभ सर्वांपर्यंत पोहोचण्यासाठी 'वॉचडॉग' म्हणजेच प्रभावी व सक्षम कायदेशीर आणि प्रशासकीय पद आपण कधी निर्माणच केली नाहीत.

भ्रष्टाचारासंदर्भात, त्याबद्दल शिक्षा देण्यासंदर्भात अस्तित्वात असलेल्या संरचनेत अपराध्याला अनेक पळवाटा मिळतात. उदाहरणार्थ, प्रलंबित खटले. साक्षीदारांना आपल्या बाजूला वळवणं, फसवून-भ्रष्टाचारातून मिळवलेल्या पैशाची वसूली न होणं, छोटी शिक्षा, जामीन मिळण्याचा अधिकार, कमकुवत फिर्यादी पक्षाच्या विरूद्ध भरभक्कम फी आकारणाऱ्या कायदेविषयक सेवासंस्था (स्वतंत्र नसलेल्या), कार्यालयांमार्फत केला जाणारा कमकुवत तपास. या साऱ्यांमुळे दोषारोपाचा कलंक लागलेल्या त्याच माणसांना पुन्हा सत्तेत व पदावर येणं शक्य होतं.

अशा उणीवांमुळे संपत्ती काही मोजक्या मंडळींच्या हाती एकवटली आहे. त्यामुळे भांडवलशाही राज्यपद्धती निर्माण होत आहे, त्यातून राजकारणी, नोकरशाही आणि उद्योगपती यांचे लागेबांधे – ज्याला "बंद गळा – कुर्ता लागेबांधे" म्हटलं जातं, ते – तयार होतात. प्रचलित पद्धतीत कोणताही बदल घडला की आज या हितसंबंधितांच्या अधिकारांवर थेट परिणाम घडतो. आणि यातली बरीच मंडळी अती महत्त्वाच्या पदांवर आहेत.

भ्रष्टाचारामुळे, आपल्या कोट्यावधी जनतेला आणखी शैक्षणिक संस्था, उत्तम आरोग्य सुविधा, संपर्क व दळणवळण, पायाभूत संरचना, सामाजिक सुरक्षा योजना आणि सर्वंकष भरभराटीसाठी उत्तम संधी मिळतच नाहीत. भारत गरीब देश नाहीये. भ्रष्टाचारामुळे तो गरीब राहिला आहे.

अण्णा हजारे – सिव्हिल सोसायटी यांनी तयार केलेल्या जनलोकपाल विधेयकाच्या मसुद्यात यातील अनेक पळवाटा बंद केलेल्या आहेत. त्यामध्ये "मंत्र्यांपासून संत्र्यांपर्यंत" सर्वांना भ्रष्टाचारविषयक कायद्यात समाविष्ट करण्याचा मुद्यावर जोर दिलेला आहे. या विधेयकाच्या कक्षेत नोकरशाही व न्यायसंस्थाही आणली आहे. त्यामुळे ठोस तक्रारी आल्यास त्यांचीही चौकशी करण्यात येईल. याचा अर्थ असा की, भ्रष्टाचाराच्या आरोपात दोषी आढळलेल्या कुणाचीही सुटका होणार नाही.

आता जर आपल्याला ताकदवान पदांवरच्या आपमतलबी व्यक्तींपासून सुटका हवी असेल तर आपण सुजाण नागरिक म्हणून या प्रश्नसंदर्भात खांद्याला खांदा लावून उभं राहिलं पाहिजे.

आपण ध्यानात ठेवलं पाहिजे की, आपण त्यांना मत दिलं आहे ते राज्य करण्यासाठी नव्हे, तर लोकांची सेवा करण्यासाठी. आणि त्यांना या गोष्टीची जाणीव करून दिली पाहिजे.

आजपासून काही वर्षांनी हीच माणसं ज्या लोकांवर त्यांनी ''राज्य केलं'' त्यांच्याचकडे पुन्हा मतं मागायला येतील. पुन्हा उशीर होण्याआधी सगळ्या चुकांची दुरुस्ती करण्याची मागणी करा. भ्रष्टाचार निपटण्यापासून त्याचा आरंभ करायला सांगा. त्यांना पुन्हा निसटू देऊ नका.

तुम्ही तुमच्या पद्धतीने भ्रष्टाचाराविरोधी चळवळीचा प्रसार करा

आपल्या देशाची अवस्था ही अशी का आहे, या संदर्भातील काही महत्त्वाच्या वास्तव मुद्यांबाबत गेल्या वर्षी जबरदस्त जागृती झाली. अण्णा हजारे यांच्या सक्षम लोकपाल बिलासाठी उभारलेल्या चळवळीतील कार्यकर्तींची ही मते:

काही प्रश्न पुन: पुन्हा विचारले गेले आहेत ते असे.

आपल्या पायाभूत संरचनेतील गंभीर त्रुटींमुळे आपण त्रास का भोगायचा? श्रीमंत व गरीब यांच्यामध्ये इतकी प्रचंड दरी का आहे? न्याय मिळणं ही अत्यंत भ्रामक कल्पना का ठरत आहे? सामान्य माणसाचा प्रशासनावरचा विश्वास का उडाला आहे? राजकारण्याबद्दल फारसा आदर का उरलेला नाही? त्यांच्यापैकी कित्येकजण भ्रष्टाचारी असल्याचं का आढळत आहे? सत्तेतील गुन्हेगारांना भय वाटावं अशी प्रभावी यंत्रणा आपल्याकडं का नाही? आपल्या जनतेच्या सेवकांपर्यंत आपल्याला का पोहोचता येत नाही? ते दृष्टीस का पडत नाहीत? आपल्याकडे पोलीस खातं अपुरं का आहे? आपला शेतकरी बिकट अवस्थेत का आहे? जनता, प्रशासन आणि निवडून आलेले लोकप्रतिनिधी यांच्यामध्ये विश्वासाचा इतका प्रचंड अभाव का आहे?

या वर्षभर चाललेल्या मोहिमेमध्ये ज्या गोष्टी समोर आल्या त्या मला तुमच्याशी 'शेअर' करायच्या आहेत आणि आपण नागरिक म्हणून काय करू शकतो याबद्दलचं माझं मतही.

मतदार राजकारण्यांसाठी प्राणवायूसारखे असतात. ते उमेदवारांना

नियुक्त मंडळात पाठवतात. आपण जात, धार्मिक विश्वास, समाजातील विभाग, यावर आधारित मत किंवा विशिष्ट प्रांत अथवा समुदायाची मते मिळवू शकतो याची राजकारण्यांना जोवर पक्की खात्री आहे तोवर, जे लोक त्यांच्या मतपेटीचा भाग नसतात त्यांच्या रास्त मागण्यांकडेसुद्धा आपण दुर्लक्ष करू शकतो असं या राजकारण्यांना वाटतं.

यापुढचं वास्तव म्हणजे मते मिळवण्यात पैशाची ताकद अतिशय महत्त्वाची भूमिका बजावते. निवडणुकीच्या प्रचारसभांना माणसं आणली जातात. पैसे देऊनसुद्धा आणली जातात. हा पैसा कुठून येतो? हिशोब न दाखवलेल्या देणग्या आणि निधी संकलन यातून? का सत्तास्थानावरच्या पदांच्या छत्रछायेतून? या सर्व सभासुद्धा जनतेच्या पैशातूनच होतात कारण यासाठी प्रचंड खर्च येतो.

अलीकडच्याच टूजी स्पेक्ट्रम घोटाळ्यातल्यासारखं, एखादी व्यक्ती झुकतं माप देण्याच्या स्थानावर असते त्यावेळी टेबलाखालून मोठी आर्थिक देवाणघेवाण होते. हा पैसा पंचायती, नगरपालिका, विधानसभा आणि संसद अशा हजारो निवडणुकांसाठी आवश्यक असतो.

हा पैसा निवडणुकांच्या 'तयारी' साठी उपयोगी पडतो – स्वयंसेवक निर्माण करण्यासाठी, तामिळनाडूत गेल्या निवडणुकांच्या वेळी वाटल्या होत्या तशा भेटवस्तू अथवा 'मोफत' घोषणांसाठी, किंवा उत्तर भारतात प्रचलित आहे तसं मद्य पुरवण्यासाठी. याच कारणांमुळं भ्रष्ट राजकारणी सक्षम कायदा यंत्रणा आणत नाहीत. त्यामुळे पैशाचा ओघच आटेल. या मुद्यावरून मतदार त्यांच्याकडे पाठ फिरवत आहेत असं त्यांना दिसल्याखेरीज हे घडणार नाही. स्वतंत्र सीबीआय कुणालाही सोडणार नाही. अशा सक्षम कायद्याच्या आधारे ते ढापलेला पैसा वसूल करतील आणि या गुन्ह्याची शिक्षाही कठोर असेल. मग निवडणून येऊन पदांवर विराजमान असलेल्या भ्रष्ट व्यक्ती स्वत:चाच नाश करणाऱ्या यंत्रणेच्या बाजूनं कशाला मतदान करतील?

मग ''वी, द पीपल''– जनता म्हणून आपल्याकडं कोणते मार्ग आहेत?

पहिला आणि सर्वांत महत्त्वाचा मुद्दा म्हणजे मतदार जागृती. आपल्याला लोकांमध्ये ही जाणीव निर्माण करावी लागणार आहे की,

> *आपल्या कोट्यवधी मतदारांना त्यांच्या मताची किंमत समजल्याखेरीज या देशाला राज्यपद्धतीच्या दिवाळखोरीवर लवकर उपाय सापडणार नाही,*

लोकशाहीत तेच खरे मालक आहेत आणि निवडून आलेले प्रतिनिधी हे केवळ लोकनियुक्त 'सेवक' आहेत. जनतेची मतं मागण्यासाठी हेच लोक हात जोडून येत असतात. त्यामुळे, निवडणुकीत विजयी झाल्यानंतर, लोकप्रतिनिधींनी लोकांच्या मतांचं प्रतिनिधित्त्व करणं आणि लोकांच्या गरजांकडं लक्ष पुरवणं अपेक्षित असतं. आपण जनतेनंच नियुक्त लोकप्रतिनिधींना जबाबदार धरल्याखेरीज, ते मत मागायला ज्या जनतेकडं हात जोडून जातात त्याच जनतेची उपेक्षा करणं थांबवणार नाहीत.

जनलोकपाल विधेयकाच्या मागणीसाठी जी विराट चळवळ उभी राहिली, त्यामध्ये नेमकं हेच घडलं. मतदारसंघामागून मतदारसंघांत, सर्वेक्षणांमागून सर्वेक्षणात जनलोकपाल विधेयकाला स्पष्ट पाठिंबा दिसून आला, पण लोकांनी निवडून दिलेले प्रतिनिधी ऐकायला तयार नव्हते. त्यांनी खुल्या चर्चेला येणं टाकलं. लोकांना काय हवं आहे ते त्यांना माहीत होतं. पण त्यांनी यासंदर्भात काही भूमिका घेतली नाही कारण त्यांना त्यांच्या पक्षाचं व पक्षनेतृत्वाचं त्याबद्दलचं मत माहीत नव्हतं. वस्तुस्थिती अशी आहे की, लोक ज्या उमेदवाराला मत देतात, तो उमेदवार विशिष्ट पक्षाचा असतो. त्यामुळं उमेदवार अधिक पक्ष याप्रमाणे असतं, पक्ष वजा उमेदवार असं नसतं.

सांगायचा मुद्दा असा की, आपल्याला या सगळ्याची जाणीव नसणं किंवा चुकीची माहिती असणं अथवा मतदानाला गैरहजर असणं आणि निवडणूक झाल्यानतर निवडून आलेल्या उमेदवारांकडून कसल्याही जबाबदारीची अपेक्षा न ठेवणं या गोष्टींचे परिणाम आपण लक्षात घेतले पाहिजेत.

पुढच्या निवडणुकाआधी आपण लोकनियुक्त उमेदवारांना जबाबदार मानू शकू असं कुठलही कायदेशीर बंधन नाही, त्यामुळे आपण सर्वांनी मिळून यातून मार्ग काढण्याची मागणी केली पाहिजे.

याचा आरंभ करण्याचा एक मार्ग म्हणजे, लोकनियुक्त प्रतिनिधींनी

ठरावीक काळानं टाऊन हॉल अथवा खुल्या बैठकांचं आयोजन करणं. या बैठकांच्या तारखा आधी जाहीर केल्या पाहिजेत आणि मतदारांना या बैठकीत आपापल्या मतदारासंघाशी संबंधित प्रश्न विचारण्याचा अधिकार असला पाहिजे.

आपल्या कोट्यवधी मतदारांना त्यांच्या मताची किंमत समजल्याखेरीज या देशाला राज्यपद्धतीच्या दिवाळखोरीवर लवकर उपाय सापडणार नाही, ही महत्त्वाची गोष्ट लक्षात घेतली गेली पाहिजे. त्यामुळे, जबाबदारीनं मतदान करणं हा लोकशाहीची मुळं खंबीरपणे रुजवण्यातला महत्त्वाचा घटक आहे हे जसं आपण जाणतो, तसंच या खेपेला अधिक चांगले लोक निवडून देण्यासाठी देशव्यापी मतदार जागृती अभियान सुरू करण्यात आपण का पुढाकार घेऊ नये?

तुम्ही तुमच्या पद्धतीनं चळवळ सुरू करा... मग ती लहान असेल वा मोठी तरुणांना पुढं येऊ द्या आणि 'व्होट फॉर ऑनेस्टी' म्हणजेच प्रामाणिकपणाला मतदान करायचं हे ध्येय असू द्या.

भ्रष्टाचार विरोधी चळवळ सुरू झाली आहे. तुम्ही फक्त तुमच्या पद्धतीनं या चळवळीचा प्रसार करायचा आहे.

अंतर्गत शत्रू

आज आपल्या देशात 'भ्रष्टाचार' हा अतिशय भयानक आजार पसरला आहे. या आजारावर तातडीनं उपाय करण्याची गरज आहे. देशाची सुरक्षा आणि अखंडता कायम राखण्याची जबाबदारी असलेले स्त्री-पुरुष, छोटी-मोठी किंमत मिळवण्यासाठी तडजोडी करताना दिसत आहेत. अशा वेळी आपल्याला बाहेरच्या शत्रूंची गरजच नाही आपल्या व्यवस्थेमध्येच पुरेसे शत्रू आहेत.

'तहलका डॉट कॉम' या कंपनीनं विशिष्ट कार्यालयं, निवासस्थानं व सार्वजनिक स्थळाचं ध्वनिचित्र मुद्रण करून, आपल्या देशातील भ्रष्टाचाराचं चित्र समोर आणलं. सरकार आणि सत्तेवर असलेले पक्ष यांच्यातील फरक सांगणारी सीमारेषा धूसर असते. पक्षसदस्य सरकार असतात आणि सरकार म्हणजेच पक्ष असतो. बहुमत असलेल्या पक्षाचं सरकार बनतं यात शंकाच नाही, पण एकदा सरकार बनलं की, ते जणू फक्त त्या पक्षासाठीच असणं अपेक्षित नाही, ते संपूर्ण देशासाठी असलं पाहिजे.

हे चित्र समोर येण्यानं जशी काही किड्यांची बरणीच उघडली आहे. अत्यंत महत्त्वाच्या व संवेदनशील पदांवरच्या किती मोठ्या संख्येतील व्यक्ती आपला देश विकायला तयार आहेत हेच त्यावरून दिसून येतंय.

या साऱ्यामुळं आपल्या सार्वजनिक सेवांमध्ये मोठ्या प्रमाणात भ्रष्टाचार असल्याचा लोकांचा संशय बळकट होतो. हे चित्र समोर आल्यानंतर संबंधित कित्येकांचे अनेक मुखवटे उतरले आहेत –

दांभिक आणि दिखाऊ देशभक्तीचे मुखवटे.

> *भ्रष्टाचार केवळ त्याबद्दल नापसंती दाखवून थांबणार नाहीये तर तो अजिबात खपवून घेतला जाणार नाही हे दाखवून देणं गरजेचं आहे.*

जर हा पर्दाफाश मुद्रित माध्यमात म्हणजे वृत्तपत्रे व मासिकें यांच्या द्वारे झाला असेल तर अशावेळी 'पब्लिक मेमरी इज शॉर्ट' (म्हणजेच हे लोकांच्या अल्पकाळ स्मरणात राहतं) असं मानलं जातं. पण दूरचित्रवाणीच्या माध्यमातून प्रसारित होणाऱ्या दृश्यांचा परिणाम आणि ही दृश्यं पुन: पुन्हा कित्येक वेळा प्रसारित होण्यामुळं ती तशी सहजपणे विस्मृतीत जाणार नाही. या माध्यमाद्वारे देशभरात पोहोचता येतं आणि त्याची प्रचंड छाप राहते. आज, दृश्य माध्यमांची ताकद मोठी आहे.

लाच घेणारे लोक अजूनही ती जुन्या काळातल्या पद्धतीनंच स्वीकारतात, मात्र लाच देणारे नवीन तंत्रज्ञानं वापरत आहेत असं दिसतंय.

भ्रष्ट भारतीय त्यांचा पूर्णपणे पर्दाफाश झाल्यानंतर सुद्धा निर्लज्जपणे वागतात. 'माफी' आणि ''मला क्षमा करा'' हे शब्दच त्यांच्या कोशात नसतात.

भ्रष्टाचार हा पूर्ण विचार करून केला जाणारा गुन्हा आहे, हे काही भावनेच्या भरात घडत नाही. यामध्ये पकडलं जाण्याची किती शक्यता आहे याचा सतत अंदाज बांधला जाऊन, पकडलं जाण्याची शक्यता अगदी कमी आहे हे जोखल्यामुळं भ्रष्ट व्यक्तीला प्रोत्साहन मिळतं. शिवाय ती व्यक्ती मक्तेदारीच्या स्थानावर असण्याशीही याचा संबंध आहे. ज्याला काहीही प्रश्न करता येणार नाहीत अशा स्थानावरची व्यक्ती पकडली जाण्याची भीती सर्वात कमी.

भ्रष्टाचाराची परिणती अधोगतीत होते. अल्प उत्पन्न कुटुबांना भ्रष्टाचाराचं सर्वाधिक ओझं सोसावं लागतं. खालच्या थरावरचा भ्रष्टाचार म्हणजे नागरी सेवांमधल्या भ्रष्टाचारामुळं गरीब जनता अनेक अर्थांनी वंचित राहते. शिवाय त्याचा उद्योगांवरही विपरित परिणाम होऊन ते कमजोर होतात कारण त्यामुळं व्यवहारांमध्ये अतर्क्य गोष्टी सुरू होतात आणि सार्वजनिक खर्चाच्या प्राधान्याच्या विषयावर वाईट परिणाम घडतो. भ्रष्टाचारामुळं आर्थिक विकासाची गंभीर हानी होते. लक्षात

ठेवा, समाज शासनाचे नियम – निर्बंध ज्या प्रमाणात पाळतो त्यावर भ्रष्टाचाराचं प्रमाण अवलंबून असतं, आणि भारतात हे नियमपालनाचं प्रमाण दिवसेंनदिवस घसरत असल्याचं दिसत आहे.

या परिस्थितीवर उपाय आहेत, फक्त आपली सर्वांची एकत्र येऊन कृती करण्याची इच्छा पाहिजे. यासाठी काही सूचना महात्मा गांधींच्या तीन माकडांच्या अगदी विरूद्ध आहेत. ती माकडं वाईट पाहत नाहीत, वाईट ऐकत नाहीत आणि वाईट बोलत नाहीत. पण आता आपण आपले डोळे, कान आणि तोंड उघडं ठेवून भ्रष्टाचार पाहिला व ऐकला पाहिजे, आणि त्याची तक्रारही केली पाहिजे.

आणि अशा प्रकारे, तक्रार देण्याचं धाडस करणाऱ्यांना कायद्याचं संरक्षण मिळणंही गरजेचं आहे.

भ्रष्टाचार केवळ त्याबद्दल नापसंती दाखवून थांबणार नाहीये तर तो अजिबात खपवून घेतला जाणार नाही हे दाखवून देणं गरजेचं आहे. त्यामुळं लोकांनी संघटित होऊन, एकमुखानं हा इशारा दिला पाहिजे.

या प्रक्रियेमध्ये, कदाचित काहीजणांना किंमत मोजावी लागेल, पण तसंही किंमत चुकवावी लागतेच आहे. यासाठीची इच्छाशक्ती अथवा हे खपवून घेतलं जाणार नाही, हा इशारा सत्तेतल्या आणि त्यांना मतदान करून सत्तेत पाठवणाऱ्या – अशा दोन्ही स्तरातील लोकांनी द्यायला हवा. संसदेनं प्रलंबित निवडणूक विषयक सुधारणा व लोकपाल विधेयक आणलंच पाहिजे. सर्व लोकनियुक्त प्रतिनिधी आणि जबाबदारीच्या पदांवर काम करणाऱ्या लोकांनी त्यांच्या मालमत्ता जाहीर केल्या पाहिजेत. आणि प्रमाणाबाहेरची संपत्ती अथवा मालमत्ता जप्त केल्या गेल्या पाहिजेत. अशा कायदेशीर प्रक्रियेला कायद्याचं बळ मिळेल. इच्छा आणि कायद्याचं शस्त्र या तराजूच्या दोन बाजू असल्या, तर समतोल आणि न्याय या दोन्ही बाबी साध्य होऊ शकतील.

तीन कक्षा

श्रीमंत व ताकदवान माणसांचं गुन्हेगारी वर्तन हा व्यक्तिगत स्तरावर नियमांच्या उल्लंघनाचा प्रकार असतो, तो प्रचलित वातावरणाचा परिणाम असतो, हा प्रश्न नेहमी विचारला जातो. यावर माझं थोडक्यात उत्तर आहे – या व्यक्ती अशा सामाजिक संस्कृतीचं अपत्य असतात, जिथे दांभिकतेचा बुजबुजाट असतो. ही संस्कृती आपल्या मनोवृत्तीत पक्की रुजलेली आहे आणि आपणच तिची सातत्यानं जोपासना करत आहोत.

आपल्या सामाजिक विश्वाची तीन ''कक्षां'' मध्ये सुस्पष्ट विभागणी करता येईल.

कक्षा १ मध्ये 'आतील गाभा' असतो. इथं प्रवेश मिळण्याचे हक्क पुढील लोकांसाठी राखीव असतात :

१. गडगंज श्रीमंत असाणारे लोक
२. छत्रछायेखाली असणारी मंडळी
३. मद्य अथवा स्त्रियांमध्ये रमणारे.
४. गुपितांचे भागीदार अथवा समान गुपीते असणारे लोक
५. ब्लॅकमेल करणारे लोक.
६. धनाढय लोक.
७. रक्ताच्या नात्यातले लोक आणि असुरक्षित भावना असलेले लोक

यापैकी कोणतंही एक वैशिष्ट्य असलेली माणसं या कक्षेत जाण्यास पात्र ठरतात. अशी माणसं एकत्र येऊन कळप करतात.

कक्षा २ म्हणजे 'मधला गाभा' – यामध्ये खुशमस्करे, दांभिक लोक, भेटवस्तू देणारे आणि घेणारे, दुसऱ्याच्या नावाचा वापर करून स्वत:चा फायदा करून घेणारे, खबरे, चमचे, वरचेवर भोजनं झोडणारे, मध्यस्ती करून तडजोड घडवणारे असे लोक असतात, त्याचबरोबर जात, संप्रदाय, समाज, सदस्यत्व, पंथ, नाती, इत्यादीद्वारे लाभलेले मित्र असतात, शिवाय पैशाचा दिमाख दाखवणारे अथवा तो उडवणारे असतातच. यापैकी कोणतंही वैशिष्ट्य या कक्षेचं सदस्यत्व मिळवून देऊ शकतं.

कक्षा ३ म्हणजे "बाह्य आच्छादन" यामध्ये अंथरुण पाहून पाय पसरणाऱ्या जातीतले, तत्त्वनिष्ठ, आत्मसन्मान जपणारे, व्यावसायिकदृष्ट्या सक्षम, तडजोड न स्वीकारणारे, संतुष्ट, आध्यात्मिक, सहज भेटू शकणारे, कमी महत्त्वाकांक्षा असणारे, कुटुंबवत्सल, पुस्तकी कीडा प्रकारचे, साधे, कधीकधी उपहासवृत्तीनं वागणारे लोक असतात. त्यांचा मित्रपरिवार छोटा असतो. कामावरून ते थेट घरी परत येतात, त्यांच्याकडे पार्टी असते किंवा त्यांना परवडण्याजोगं असतं तेव्हासुद्धा ते मद्य अथवा शाही खाना ठेवत नाहीत आणि ते भेटवस्तू वाटत किंवा कुणाचे उपकार घेत फिरत नाहीत. ते गैर ठिकाणी मदत घेत नाहीत आणि तशी मदत कुणाला करतही नाहीत. **कक्षा १ व कक्षा २** ज्या प्रकारच्या व्यक्ती देऊ शकते तशा प्रकारच्या व्यक्तींची गरज असलेल्या पदांवर सहसा या व्यक्ती स्वीकारार्ह नसतात.

अनुभव पुन: पुन्हा दर्शवतो की, सामाजिकदृष्ट्या "हाय प्रोफाईल" मानल्या जाणाऱ्या व्यक्ती व अशा पदांवरच्या व्यक्ती नेहमी कक्षा १ कडे आकर्षित होतात आणि बाकी बरेचजण कक्षा २ कडे, तर अगदी थोडे लोक कक्षा ३ कडे जातात.

अनुभव हेही दर्शवतो की, काळाच्या ओघात, कक्षा १ ते कक्षा ३, अथवा कक्षा ३ ते कक्षा २ असं रुपान्तर अथवा स्थित्यंतर अनेकांच्या बाबतीत तसं उशीराच घडतं. अर्थातच सुधारणा घडवून आणण्याजोगा अनुभव, गंभीर सक्ती अथवा एखाद्या आघातामुळं निर्माण झालेली गरज अशा कारणांखेरीज असं परिवर्तन घडताना दिसत नाही.

मुख्यत्त्वे कक्षा १ मधल्या प्रसिद्धीच्या झोतात असलेल्या व्यक्तींच्या बाबतीतल्या भूतकाळ – वर्तमानकाळ – अथवा भविष्यकाळातल्या

आपण कायद्याच्या संदर्भात पुनर्शिक्षण घेण्याची गरज आहे. आपण उद्दिष्टाला तितकंच पूरक बनलं पाहिजे.

घटना या कक्षा १ मधील व्यक्तींचीच मक्तेदारी असते. कक्षा २ मध्ये हे प्रमाण थोडं कमी राहातं.

सध्याच्या परिस्थितीबद्दल आपण सगळे सामुदायिकरीत्या अस्वस्थचित्त असू आणि या परिस्थितीत बदल अथवा सुधारणा हवी असेल तर पात्र व अपात्र यातील फरक आपल्याला जाणता आला पाहिजे. संशयास्पद चारित्र्याच्या व्यक्तींना वाळीत टाकण्याऐवजी, अशा व्यक्तींना सर्वाजनिकरित्या गौरवण्यामुळे व त्यांना सार्वजनिक जीवनात स्थान देत राहण्यामुळं कमकुवत मनं सर्वाधिक दूषित होतात.

सरकारी नोकऱ्यांमध्ये नोकरभरती धोरणांतही ती स्वीकारताना व त्यांची अंमलबजावणी करताना नियमितपणे विचारपूर्वक अधिकाराचं विक्रेंद्रीकरण झालं पाहिजे. म्हणजे ही धोरणं दुरुस्त करणं व सुधारणं ही प्रक्रिया सुरूच राहिल.

त्याजोडीनं आपण कायद्याच्या संदर्भात पुनर्शिक्षण घेण्याची गरज आहे. आपण उद्दिष्टांसाठी तितकंच पूरक बनलं पाहिजे. मी 'तितकंच' या शब्दावर जोर देतीय कारण वास्तवात आपण कायद्यासमोर असमान आहोत.

कायदा, पक्ष अथवा व्यक्ती यांमध्ये भेदाभेद करत नाही. पण व्यवहारामध्ये कायदाप्रक्रिया असे भेद करते. आपल्याकडे एका व्यक्तीसाठी एक नियम व प्रक्रिया आहेत तर दुसऱ्या व्यक्तीसाठी पूर्णत: निराळे नियम व प्रक्रिया आहेत. ताकद, ज्ञान, बुद्धी, स्रोत, स्थान, नैतिक पातळी, प्रभाव, सामाजिक अपेक्षा अथवा घटनांचे अपेक्षित आनुषंगिक परिणाम यांनुसार त्याचा लावला जाणारा अर्थ बदलतो.

आपण आर्थिक गुन्ह्यांसंदर्भात जी उदासीनता दाखवतो, सामाजिक स्वीकृतीसंदर्भात व आर्थिक गुन्हेगारांचा आदर करण्याची जी वृत्ती दाखवतो, तो आजच्या या परिस्थितीचा दृश्य पुरावा आहे. छोटा पाकीटमार वर्षानुवर्षं तुरुंगात राहतो आणि देशाची कोट्यवधी रुपयांची फसवणूक करणारे करोडपती मोकळे सुटतात. फसवणूक करणारी करोडपतींची जमात छोट्या पाकिटमारांपेक्षा जास्त आहे; पण आपल्याकडं त्यांच्यासाठी तुरुंग नाहीत ही शोकान्तिका आहे.

या संर्दभात आदर्श व्यवस्थेची गरज आहे; पण तसं नेहमी घडतचं असं नाही. जे लोक सत्ता आणि साधनस्रोत जमा करत आहेत, साठवून ठेवत आहेत, बळकावत आहेत त्यांनी ते सर्वांशी वाटून घ्यावेत व त्यांचा त्याग करावा अशी आवश्यकता आहे. ईश्वरी चमत्कार किंवा या देशाचं विधीलिखित असल्याखेरीज असं काही घडेल का याबद्दल मी साशंक आहे. आपल्याकडं चमत्कार घडवून दाखवू शकतील अशा व्यक्ती आहेत, पण त्या कक्षा ३ मध्ये असतात.

असं काही घडेपर्यंत, कक्षा १ व कक्षा २ वरचष्मा गाजवत आणि यंत्रणा आतून उध्वस्त करत राहतील. कक्षा ३ मधल्या व्यक्ती व संस्था आपलं कर्तव्य बजावण्याचे धोके पत्करत, देशसेवा करतच राहतील आणि मुद्रित व दृकश्राव्य प्रसारमाध्यमांना या उद्योगात टिकून राहण्यासाठी, टीआरपी मिळवण्यासाठी आणि ''बिग फाईटस्'' बद्दल तेच ते प्रश्न पुन: पुन्हा विचराण्यासाठी पुरेसं खाद्य मिळत राहील.

ध्येयासाठी लढा देण्याचे लाभ

माझ्या लेखी पोलीसखातं म्हणजे 'पॉवर टू प्रिव्हेन्ट' आणि 'पॉवर टू करेक्ट' असाच अर्थ नेहमीच राहिला आहे... रोखण्याचा आणि सुधारणा घडवण्याचा अधिकार. 'अटक करण्याचा अधिकार' हा नेहमी गुन्हे रोखण्यासाठी आणि गुन्हेगारांना योग्य मार्गावर आणण्यासाठी वापरायचा असतो आणि कोणत्याही परिस्थितीत तो, अन्याय होऊ देण्यासाठी, शक्ती प्रदर्शनाच्या खेळीसाठी किंवा व्यक्तिगत लाभासाठी वापरला जाऊ नये.

माझ्या संपूर्ण सेवाकाळात हा माझ्यासाठी मंत्र होता – द मिशन स्टेटमेंट. माझं संपूर्ण कार्य पोलीस, तुरुंग-सुधारणा आणि आपल्याला विकास व समृद्धी साधण्यासाठी ज्या प्रकारच्या संधी मिळाल्या तशा संधींपासून वंचित राहिलेल्या उपेक्षितांसाठी काही करण्यासाठी समर्पित होतं.

मी माझ्या सेवाकालातसुद्धा सामाजिक कार्यकर्ती म्हणून काम करत होते, त्यामागे 'पॉवर ऑफ प्रिव्हेन्शन' वरचा हाच दृढ विश्वास होता. मी माझं 'गुडविल' वापरून सामाजिक सुधारणांना चालना देण्याचा प्रयत्न करू शकले आणि त्याचा उपयोग झाला. मी इतरांचे साहाय्य मागू शकले आणि ते मला मिळालंही.

लोकांना गैरमार्गापासून रोखून त्यांना सन्मार्गाला लावणं हा माझ्या कार्याचा एक महत्त्वाचा भाग बनला. मी १९८० साली सुधारणा कार्यक्रमांना सुरुवात केली. माझी जिल्हा पोलीस दलात पहिलीवहिली नियुक्ती झाली होती त्या दरम्यान मी पूर्वी बेकायदा दारू गाळणाऱ्या

लोकांचं पुर्नवसन केलं आणि त्यांना या बेकायदा दारु विक्रीपासून परावृत्त केलं. त्यानंतर मी १९८६ साली पोलीस ठाण्यामधून व्यसनमुक्ती केंद्रे चालवू लागले. ही कल्पना सर्वस्वी नवी होती.

या कार्याचा आता खूप विस्तार झाला आहे. आज हजारो लोकांना त्याचा उपयोग होत आहे आणि त्यांच्या जीवनमानात प्रचंड फरक घडून येत आहे.

त्याच्या नंतरच्या काळात बेकायदा दारू गाळणं - विक्री हे आव्हान नव्हतं कारण सरकारनं देशी दारूची दुकानं उघडली होती. तिथं स्वस्त, चांगल्या प्रतीची दारू मिळत होती. पण आता समस्या होती अंमली पदार्थ व मादक द्रव्यांची. अमंली पदार्थ आणि गुन्हा या एकाच नाण्याच्या दोन बाजू होत्या. व्यसनग्रस्तांना उपचार मिळवून देण्यानी 'पॉवर ऑफ प्रिव्हेन्शन' हा अधिकार कसा वापरता येतो हे सिद्ध झालं. उपचार घेतलेल्या व्यक्तींसाठी तर त्यामुळे आमुलाग्र बदल घडला. हे कार्य पुढं सुरू ठेवायचं होतं, त्यामुळे एनजीओचा जन्म झाला.

व्यसनमुक्ती उपचारानंतर माझं कार्य भंगार गोळा करणाऱ्यांच्या मुलांच्या शिक्षणापर्यंत विस्तारलं. ही मुलं घरफोडे आणि पाकीटमार यांच्या टोळीत जाण्याची दाट शक्यता असे. त्यांच्या आया उपजिविकेसाठी ड्रग्ज विकत असत. कारण त्यांना दुसरं कुठलं कामच येत नव्हतं. मी या स्त्रियांसाठी व्यवसाय प्रशिक्षण केंद्रे आणि मुलांसाठी शाळा सुरू केल्या. हे कार्य आर्थिक व अन्य रुपांतल्या देणगी साहाय्यातून सुरू होतं.

या कार्याचा आता खूप विस्तार झाला आहे. आज हजारो लोकांना त्याचा उपयोग होत आहे आणि त्यांच्या जीवनातमानात प्रचंड फरक घडून येत आहे. आमचे काही माजी विद्यार्थी आज इथं काम करतात आणि सन्मानानं आयुष्य जगतात.

मला १९९४ साली 'रेमन मॅगसेसे' पुरस्कार मिळाला. या निमित्तानं मला अधिक कार्य करण्याची संधीच लाभली आणि त्यातूनच 'इंडिया व्हिजन फाऊन्डेशन'चा आरंभ झाला. मी त्याचं नावं 'किरण बेदी फाऊन्डेशन' असं ठेवलं नाही कारण मला सारं काही मिळवून देणारा माझा भारत देशच होता.

पुरस्काराच्या रकमेतून आणि माझ्या वैयक्तिक देणगीतून तिहार तुरुंगात ब्रेड बनवण्याचं युनिट सुरू केलं. त्याला 'इंडिया व्हिजन ब्रेड युनिट' असं नाव दिलं. त्यामुळं तुरुंगातल्या १०,००० कैद्यांना दररोज ब्रेड मिळण्याची सोय झाली. या उद्योगातून दरवर्षी कोट्यवधी रुपयांची उलाढाल होत आहे. यातून मिळालेलं उत्पन्न कैद्यांच्या विविध कल्याणकारी उपक्रमांसाठी वापरलं जातं.

त्याचबरोबर मी आयांबरोबर तुरुंगात यावं लागलेल्या मुलांसाठी बालवाडी सुरू केली. फाऊन्डेशनमार्फत महिलांना पाळणाघरात काम करण्याचं प्रशिक्षणसुद्धा दिलं जातं.

मला इतक्या वर्षांत पुरस्कारांच्या रूपानं जी रक्कम मिळाली, ती रक्कम, व्याख्यानांचं मानधन, सर्व लेखनाचं मानधन, सर्व पुस्तकांच्या रॉयल्टीज, बढतींमुळे मिळालेले लाभ, प्रवासाच्या तिकिटांमधून होणारी बचत (गॅलन्ट्री सवलत), आणि मित्रपरिवाराकडून मिळालेल्या देणग्या अशा माझ्या अनेक व्यक्तिगत स्त्रोतांमधून या सगळ्या उपक्रमांसाठी आर्थिक पाठबळ उभं केलं.

या कार्यांच्या निमित्तानं होणारा प्रवास मला आलेल्या आमंत्रणांनुसार झालेला आहे. मला कॉर्पोरेट आणि सामाजिक संस्थांचीही आमंत्रणे असतं. एका सहकारी विश्वस्ताच्या मालकीच्या प्रवास कंपनीमार्फत माझी सर्व तिकिटं (बिझनेस असो वा इकॉनॉमी क्लास असो) काढली जात. आणि सर्व व्यवहार संबंधित खात्यामार्फत झाला होता. त्यांनी सर्व हिशोबाची नोंद व्यवस्थित ठेवली होती. काही ठिकाणची आमंत्रणं सन्मानाची असत, पण त्यांनी कुठल्याही प्रकारे प्रवासखर्च देऊ केलेला नसे, अशा ठिकाणी त्या प्रवास कंपनीतल्या त्याच प्रवास खात्यावरील जमा रकमेतून तो प्रवासखर्च भागवला जात असे.

या कोणत्याही हिशोबात अथवा बचतीमध्ये मला कोणताही वैयक्तिक आर्थिक लाभ नव्हता. उलट मी या कार्यासाठी माझे व्यक्तिगत पैसे दिले होते. पण त्याचा इतका विपर्यास होईल की माझ्या आजवरच्या सचोटीवरच प्रश्नचिन्ह उभं केलं जाईल हे मात्र माझ्या लक्षात आलं नव्हतं. अण्णा हजारेंच्या भ्रष्टाचारविरोधी जनआंदोलनात सहभागी होऊन आवाज उठवल्याबद्दल मला धडा शिकवण्यासाठी आणि या प्रकरणात मला गोवण्यासाठी निराळाच उद्देश असलेल्या लोकांनी

माझी सचोटीच साशंकतेच्या भोवऱ्यात अडकवली.

सध्या मी जनलोकपाल विधेयकाची इमारत उभी करण्यासाठी, माझ्यावर फेकलेले दगड – विटांचे सगळे तुकडे गोळा करत आहे. हे विधेयक आपल्याला अशी कायदेशीर यंत्रणा देईल की, ज्यामुळे भ्रष्टाचारापासून आपल्या देशाचं रक्षण होईल. हेच भ्रष्टाचारी लोक दिवसेंदिवस अधिक गबर होत चालले आहेत आणि सामान्य माणूस मात्र अत्यावश्यक पायाभूत सोयीसुविधांपासून वंचित राहत आहे.

आपल्याकडे भ्रष्टाचार माजला नसता तर बऱ्याचशा बिगर – सरकारी संस्था जे कार्य करतात, ते त्यांना करावंच लागलं नसतं. आपल्याकडे कितीतरी जास्त संख्येत शाळा, रुग्णालयं, दवाखाने असते – प्रत्येक खेड्यात, गावात असते – बनावट नव्हे, अस्सल औषधं असती, दूरदूरच्या भागात आणखी डॉक्टर्स आणि परिचारिका पोहोचले असते, वैद्यकीय सुविधांअभावी कुणीही दुर्बल व गरीब व्यक्ती मरण पावली नसती, रस्ते आत्तासारखे धोकादायक नसून ते अधिक सुरक्षादायी असते, आपल्या तरुणांसाठी आणखी तंत्रनिकेतनं – व्यावसायिक प्रशिक्षण विद्यालयं, महाविद्यालयं, आयआयटी, आयआयएम आणि इंजिनिअरिंग व वैद्यकीय महाविद्यालयं उभी राहिली असती.

सर्वांत महत्त्वाचं म्हणजे, जनलोकपाल विधेयकामुळे कष्टानं मिळवलेल्या पैशाला कोणत्याही टप्प्यावर गळती लागणार नाही. वयस्क लोकांसाठीसुद्धा पुरेशी सामाजिक सुरक्षेची हमी असेल आणि फक्त त्यांच्या सुरक्षेची संपूर्ण जबाबदारी सुपुत्रांवरच असणार नाही. मुलींच्या जन्माचंही स्वागतच होईल आणि त्यांना जगातील या सर्वात मोठ्या लोकशाहीत जन्माला येऊ दिलं जाईल.

आपली भूमी घोटाळ्यांची भूमी का आहे?

आपण जेव्हा गुन्ह्यांचा विचार करतो तेव्हा आपल्याला ताबडतोब आठवतात ते हिंसाचाराचे गुन्हे... म्हणजे बॉम्बस्फोट, खून, सामूहिक बलात्कार, दरोडे, खंडणीसाठी अपहरणं, प्राणघातक हल्ले, इत्यादी. जनता म्हणून आपण अशा गुन्ह्यांसाठी जन्मठेप किंवा मृत्युदंड अशा जरब बसण्याजोग्या शिक्षेची मागणी करतो.

पण, समाज म्हणून आपण भ्रष्टाचाराच्या गुन्ह्याला अशा प्रकारची शिक्षा करण्याची मागणी करत नाही. खरं तर, भ्रष्टाचारांमुळं आपल्या मौल्यवान सार्वजनिक संपत्तीची अक्षरश: लूट होत आहे... 'ग्लोबल फिनॅन्शल इन्टेग्रिटी' या वॉशिंग्टन स्थित संशोधन समूहाच्या अहवालानुसार दरवर्षी सोळा अब्ज डॉलर्स, इतका हा आकडा प्रचंड आहे.

हिंसात्मक गुन्ह्यांबाबत समाज आवाज उठवतो, पण मोठ्या प्रमाणातील भ्रष्टाचाराबद्दल, त्याचा कोट्यवधी जनतेवर दुष्परिणाम घडत असूनही – आवाज उठवला जात नाही. यासाठी समाजानं एफआयआर दाखल करणं, किंवा अटक, किंवा वसुली, अथवा न्यायलयात खटला चालवून भ्रष्टाचाराच्या गुन्ह्यांसाठी शिक्षा, याबाबतीत तळमळीचे प्रयत्न दिसत नाहीत.

लोकांना अशा घटनांचं स्मरण अगदी अल्पकाळ राहात असल्यामुळे प्रत्येक नव्या घोटाळ्यांनतर आधीचे घोटाळे विस्मरणात जातात. फसवणाऱ्या व्यक्ती – मग ती एक व्यक्ती असो व समूह वा इतर कोणीही – त्यांना प्रचंड फायदा होतो आणि जे लोक फसले जातात

ते लढतच राहतात... त्यांना आणखी आर्थिक भुर्दंड सोसावा लागतो आणि कायदेशीर लढाईसाठीही पैसा मोजावा लागतोच. दरम्यान, ढापलेली संपत्ती अनेकजणांकडे, अनेक प्रान्त- प्रदेशांतून फिरते.... इतकी, की शेवटी तिचा काही माग काढणं आणि ती वसूल करणं अशक्य होतं. याला इतिहास साक्षीदार आहे.

वस्तुस्थिती अशी आहे की, आपण आपल्या देशात भ्रष्टाचाराला शिक्षा करण्यासाठी प्रभावी तरतूदच केलेली नाही. जो माणूस भ्रष्टाचाराचा बळी ठरतो त्याला दाद मागण्यासाठी अक्षरश: कुठंच जागा नसते. तो पोलीस ठाण्यात दाद मागायला गेला, तर त्याला हे 'दिवाणी'त येत असल्याचं सांगितल जातं. तो न्यायालयात गेला, तर तिथं तो खटल्यांच्या 'ट्रॅफिक जॅम' मध्ये सापडतो. दरम्यानच्या काळात, फसवणूक करणारा माणूस मात्र लाटलेल्या पैशाचे फायदे उपभोगत राहतो. त्यानंतर, अपराधी व्यक्ती जामीन मिळवते आणि हे प्रकरण तर सगळ्या कामकाजात अदृश्य सुद्धा होतं. अशामुळे एक संदेश व्यापक प्रमाणात जातो, तो म्हणजे – 'ढपला' जितका मोठा तितकी शिक्षेची तरतूद कमकुवत.

आर्थिक विकास व मुक्त बाजारपेठांचे बरेच फायदे आहेत, पण त्यामुळे सरकारी व खाजगी उद्योग यातील भ्रष्टाचाराच्या गुन्ह्यांना उत्तेजनही मिळत आहे. कायदा व सुव्यवस्थेचे दैनंदिन प्रश्न हाताळण्यासाठी सुद्धा पोलीस ठाण्यांची सज्जता कमी पडतीय. भारतीय दंड संहितेच्या कलम ४२० (फसवणूक) अन्वये पोलीस ठाण्यात दाखल होणाऱ्या अशा गुन्ह्यांची संख्या सर्वात कमी आहे. याला कारणीभूत तपासकार्यात कुशल असणाऱ्या अधिकाऱ्यांची कमतरता, कायदा व सुव्यवस्था राखण्याचं काम व तपासकार्य या डयूटीजचं व्यवस्थित विभाजन नसणं आणि जरब बसेल अशा शिक्षा होण्यासाठी 'फोरेन्सिक लॅब्ज'कडून पुरेस पाठबळ न मिळणं हे आहे. फसवणूक करून ढापलेल्या पैशाची वसूली हा विषय तर जवळपास विचारातच न घ्यावा हे बरं, कारण आपल्या यंत्रणेत त्यादृष्टीनं फारशा तरतूदी नाहीत.

देशाचं संपूर्ण 'ओव्हरहॉल' होण्याची गरज आहे.... अगदी वरपासून खालपर्यंत – पोलीस ठाण्याच्या स्तरापासून ते केंद्रीय एजन्सीपर्यंत,

गुन्हेगारी न्यायासंदर्भात ते पायाभूत सुविधांपर्यंत (सॉफ्टवेअर व हार्डवेअर). फसवेगिरी व भ्रष्टाचाराचा सामना करण्यासाठी हे आवश्यक आहे.

आपण सध्याची पायाभूत रचना वरच्या स्तरापासून पाहू. आपण सर्वांनी 'सीबीआय' म्हणजे सेन्ट्रल ब्यूरो ऑफ इन्व्हेस्टिगेशन बद्दल ऐकलं आहे. सध्या ही संस्था अनेक गंभीर गुन्ह्यांचा तपास करते. पण ही संस्था प्रारंभी सफेद कॉलर गुन्ह्यांसाठी स्थापन झाली होती. खेदाची गोष्ट म्हणजे, ती विश्वास व भरवसा रूजवू शकली नाही, त्याचं कारण म्हणजे राजकीय हवामानानुसार या संस्थेचं कार्य डळमळतं हा इतिहास आहे. 'सीव्हीसी' म्हणजेच 'सेन्ट्रल व्हिजिलन्स कमिशन' सुद्धा त्याच्या प्रमुखाविरूद्ध गुन्हेगारी खटला प्रलंबित असल्यामुळं चर्चेत आहे. अर्थात एरवी ही सल्लागार संस्था आहे. ती तिचे निर्देश लागू करणं भाग पाडू शकत नाही. राज्य दक्षता मंडळांचीही हीच अवस्था आहे. हे सर्वजण त्याच वरिष्ठांच्या हाताखाली येतात आणि फक्त शिफारशी व सल्लागार असतात. त्यामुळे गुन्हेगार योग्य ठिकाणी योग्य सूत्रं वापरून सुटून जातात.

त्या त्या राज्यांत उच्चस्तरीय भ्रष्टाचाराची चौकशी करण्यासाठी नेमण्यात आलेल्या लोकायुक्तांची अवस्थाही यापेक्षा वेगळी नाही. ते जो काही तपास अथवा चौकशी करतात ते इथेही शिफारस अशाच स्वरूपात असते. लोकायुक्त प्रमुखपदी न्यायसंस्थेतील निवृत्त सदस्य असतात. त्यांचा सल्ला दुर्लक्षिला जातो अथवा सरकारमधील बदलांसोबत त्यांचा कार्यकाल कमी केला जातो. सन १९६७ पासून भारतीय संसदेसमोर लोकपाल विधेयक प्रलंबित आहे. अद्याप हा अजेंडा पूर्ण झालेला नाही.

वस्तुस्थिती अशी आहे की, उच्चपदस्थ कार्यालयातील भ्रष्टाचाराची स्वतंत्र चौकशी अथवा तपास करण्याचं पुरेसं स्वातंत्र्य कोणत्याही कार्यकारी संस्थेला नाही. त्यामुळेच भारतात भ्रष्टाचाराला ऊत आला असून, मुखत्यारी असलेल्या पदांवरील व्यक्तींची हाव अधिक वाढली आहे आणि त्यांना यात सापडलं जाण्याची किंवा लुटलेली संपत्ती त्यांच्याकडून वसूल केली जाण्याची भीती जवळजवळ नाहीच.

गेल्या काही वर्षांत भ्रष्टाचाराचं प्रमाण इतक्या निर्लज्ज व धक्कादायक स्तरावर जाऊन पोहोचलं आहे की, भारताला घोटाळ्यांची भूमी म्हणून

ओळखलं जाऊ लागलं आहे. 'कॅग'च्या अंदाजानुसार स्पेक्ट्रम संदर्भात चौकशी करण्यासाठी संयुक्त संसदीय समितीच्या मागणीबाबत भारतीय संसदेनं अद्याप निर्णय न घेतल्यामुळे राष्ट्रीय खजिन्याचं १.७ लाख कोटींचं नुकसान झालं आहे.

आपल्या भारतीयांसमोर आव्हान आहे, ते आता इथून पुढं दक्ष राहण्याचं आणि केंद्रिय स्तरावर संसद जे लोकपाल विधेयक आणेल त्याचा बारकाईनं अभ्यास करण्याचं. आपल्याला निरुपयोगी विधेयकाची गरज नाही, तर स्वतंत्र, न्यायी व्यक्तींच्या नेतृत्त्वाखालील, निश्चित कार्यकाल व पारदर्शी कार्यपद्धत असलेल्या विधेयकाची आवश्यकता आहे. खटला चालवताना अपराधासंर्दभात सुस्थापित निकष लावणं, विशिष्ट कालमर्यादेत खटल्याचं कामकाज पूर्ण करणं, गैरमार्गानं हडप केलेल्या संपत्तीची वसुली करणं आणि प्रभावशाली पदांवरून भ्रष्टाचारींची गच्छंती करणं या गोष्टी घडायला हव्यात.

लोकपाल विधेयकाचा योग्य मसुदा www. indiagainstcorruption. org. या संकेतस्थळावर 'पोस्ट' केलेला आहे. आपल्या देशाचं भवितव्य सुरक्षित करण्यासाठी कृपया या राष्ट्रीय चळवळीत सहभागी व्हा.

आपल्याला आपल्या जीवनकालात परिवर्तन पाहायला मिळेल का?

मी मायभूमीपासून हजारो मैल अंतरावर, इन्टरनेटवर, बातम्यांमध्ये तेलगी घोटाळा म्हणून ओळखल्या जाणाऱ्या, कोट्यवधी रुपयांच्या बनावट मुद्रांक शुल्क प्रकरणाबद्दल वाचत होते. एक भारतीय नागरिक म्हणून या सर्व प्रकारांमुळे धोक्याची जोरदार घंटा वाजते. हा तर विलक्षण आयाम असलेला गुन्हा आहे. त्यानं सरकारी तिजोरीत जाणारा अब्जावधी रुपयांचा महसूल थेट बुडवला आहे. या प्रकरणात, असे बनावट मुद्रांक खरे समजून खरेदी करणाऱ्या कोट्यवधी निष्पाप नागरिकांची फसवणूक झाली आहे.

आरोपीनं लिलाव प्रक्रियेतून मुद्रांक छपाई यंत्रं आणि इतर तशाच प्रकारची संवेदनाक्षम यंत्रसामग्री मिळवली. ही सगळी यंत्रसामग्री सुटी करून त्याची विल्हेवाट लावण्याऐवजी अथवा ते भाग दुसऱ्या यंत्रसामग्रीमध्ये वापरण्याऐवजी ती लिलावात काढण्यात आली. त्यानंतर, संबंधित आरोपींनी मुद्रांक विक्रीसाठी परवाना काढला. या प्रकरणात अनेक वरिष्ठ पोलीस अधिकारी तुरुंगात आहेत, त्यामध्ये मुंबईच्या माजी पोलीस आयुक्तांचाही समावेश आहे.

पोलीस – माफिया – राजकारणी यांचे लागबांधे सर्वश्रूत आहेत. त्या संर्दभात आपली कायदा अंमलबजावणी यंत्रणा संपूर्णत: कमकुवत असल्याचा आणखी काय पुरावा हवा आहे? आपण 'फॉर सेल' आहोत हे अगदी स्पष्ट आहे!

माझ्या समजुतीनुसार, राष्ट्रीय गुन्हा उघडकीस आणण्याचं श्रेय,

खात्यांतर्गत अहवाल आणि त्याच समूहातील पोलीस अधिकाऱ्यांनी केलेल्या धाडसी तपासाला आहे. हा अहवाल प्रसारमाध्यमांनी उचलला आणि तो जनहित याचिकेद्वारे निर्भयपणे मुंबई उच्च न्यायलयात सादर केला. असं झालं नसतं तर कदाचित ही राष्ट्रीय बनवेगिरी अशीच सुरू राहिली असती.

पोलीस – माफिया – राजकारणी यांचे लागबांधे सर्वत्र दिसून येतात.

पोलीस – माफिया – राजकारणी यांचे लागबांधे सर्वत्र दिसून येतात. याही प्रकरणात ते दिसून आले आहेत असं मला वाटतं. पोलीस आरोपींना पैसे घेऊन समुद्रकिनारी रिझॉर्ट्‌समध्ये सुट्टी घालवायला नेतात, चुकीच्या व्यक्तींवर गुन्हे दाखल करतात, पोलीस अधिकाऱ्यांकडे परदेशी गाड्या विकत घेण्याएवढं वैध उत्पन्न नसूनही ते अशा गाड्यांतून फिरतात, खात्यांतर्गत बातम्यांवर कमी आणि खबऱ्यांवर अधिक अवलंबित्त्व दिसतं... इत्यादी, इत्यादी.

राजकारणी लोक देशाची सुरक्षा आणि अखंडता याचं रक्षण करण्याची शपथ घेतात, या गोष्टी विकायला काढण्याची नव्हे. निवडून आलेले सदस्य पंचतारांकित हॉटेलांमध्ये मोफत आदरातिथ्य झोडतात आणि त्याची बिलं संशयास्पद पार्श्वभूमी असलेल्या व्यक्ती, ठोस साक्षीदार असलेल्या खून प्रकरणातील मुख्य आरोपी ज्याच्यावर गुन्हा दाखल झालेला नाही... अशासारखे लोक भरतात. कोठडीत असलेले गुन्हेगार त्यांच्या संपत्तीचं निर्लज्ज प्रदर्शन करतात.

एखाद्या जागामालकाची जागा गुन्हेगारी कृत्यांसाठी वापरली जात असेल तर अशावेळी त्या जागामालकाच्या जबाबदारीचं काय? असे गुन्हे जिथं राजरोस सुरु असतात, त्यासंदर्भात पोलिसांची जबाबदारी काय? या संर्दभातील तपास अप्रामाणिकपणे होणार नाही आणि मुख्य आरोपी, त्यांच्यावर आरोपपत्रसुद्धा दाखल न होता सुटणार नाहीत याची हमी कोण देईल? संशयास्पद व्यक्ती, राजकीय पक्षांचे सदस्य व पदाधिकारी होण्याआधी त्यांच्या चारित्र्याची पडताळणी होईल, या गोष्टींची हमी कोण देईल? तपास अधिकाऱ्यांनी सादर केलेल्या अहवालांनुसार वरिष्ठ अधिकारी व पर्यवेक्षक जबाबदार या नात्यानं निश्चित कालावधीत प्रकरण निकाली काढतील याची हमी कोण देईल? म्हणजेच मुख्य जबाबदार व्यक्तीवर कारवाई होईल याची हमी कोण

देईल? पोलीस ठाण्यात तक्रार दाखल होईल ती लोकांना दाखवण्यापुरती नव्हे तर न्यायप्रक्रिया सुरू करण्याची पहिली पायरी म्हणून — या गोष्टींची हमी कोण घेईल?

आपल्याला या काटेरी, भक्कम, अवैध व बेकायदेशीर यंत्रणांसदर्भात ठोस उपाय शोधावे लागणार आहेत.... याच यंत्रणांमुळे तेलगीसारखे लोक टिकाव धरतात, एवढंच नव्हे तर त्यांची भरभराट होते. प्रसारमाध्यमांनी सुद्धा आपल्या राष्ट्रीय सुरक्षेसाठी अत्यंत महत्त्वाच्या असलेल्या अशा बाबींचा पाठपुरावा करून त्यांच्या वृत्तांकनासाठी जागा दिली पाहिजे. या गोष्टी लोकांच्या स्मरणात अल्पकाळ राहत असतीलही, पण प्रसारमाध्यमांनी मात्र असं अल्प 'स्मरण' ठेवू नये.

अण्णा हजारे व त्यांची टीम यांच्या जनहित याचिका व सन्माननीय न्यायमूर्तींचे आभार मानायला हवेत. शस्त्रक्रिया यशस्वी होण्यासाठी 'फॉलो–अप्स' आवश्यक असतात ही गोष्ट आपण कुणीही विसरता कामा नये नाहीतर हा कर्करोग आपणा सर्वांना कुठल्या न् कुठल्या रूपात छळत राहील.

या संदर्भात परिवर्तन घडलेलं आपल्याला आपल्या जीवनकालात पाहायला मिळेल का?

भारतीय लोकशाही मतांच्या बेरजेपलीकडे जायची असेल, तर भारतीय नागरिकांनी भ्रष्टाचाराला आळा घालणाऱ्या आणि या भ्रष्टाचारला कारणीभूत असलेले पोलीस– माफिया– राजकारणी यांचे लागेबांधे रोखणाऱ्या मार्गांची व माध्यमांची मागणी केलीच पाहिजे.

सरळपणे जगा, संघर्षात नको

सर्वच स्तरांवर भ्रष्टाचार रोखण्यासाठी व भ्रष्टाचाराला शिक्षा करण्यासाठी अवघा देश बहुव्याप्त व प्रभावी पद्धतीची आतुरतेने प्रतिक्षा करत आहे.

लोकनियुक्त प्रतिनिधी व मतदार यांच्यादरम्यान प्रचंड दरी आहे. हे प्रखर वास्तव आहे. पण निवडणुका जवळ येताच हेच मतं मागणारे लोक हात जोडून जनतेसमोर येतात आणि पुन्हा त्यांच्या मतांची भीक मागतात. एकदा मतदान केलं की याच जनतेनं त्यांना कसलाही प्रश्न करता कामा नये असं ते समजत असतात.

जनता, त्यांचे प्रतिनिधी भ्रष्टाचारात लडबडून गबर होताना असाहाय्यपणे पाहत असते आणि तरीसुद्धा हेच लोक या जनतेच्या मतांवर पुन्हा निवडून येतात. लोकांना नकाराचा अधिकार नसल्यामुळं, त्यांना इकडं आड तिकडं विहीर अशा पर्यायांतून एकाची निवड कारणं भागच पडतं. पर्यायानं विश्वासाचा प्रचंड अभाव दिसून येतो.

पण आज मतदारांमध्ये परिवर्तन घडत आहे. त्यांना सगळ्या बाबींची उत्तम माहिती आहे. याचं श्रेय तंत्रज्ञान व प्रसारमाध्यमे यांना आहे. मतदारांना आवाज उठवायचा आहे, त्यांना संघर्ष करायचा आहे.

अण्णा हजारेच्या नेतृत्वाखाली लोकांनी स्वतंत्र भ्रष्टाचार प्रतिबंधक अधिकारपदाच्या निर्मितीसाठी आंदोलन केलं, ते आंदोलन म्हणजे

वर्षानुवर्षं सुरू असलेल्या राष्ट्रीय लुटीच्या निर्लज्ज प्रदर्शनाविरूद्ध आणि ती रोखण्यात अधिकाऱ्यांडून मिळालेल्या अत्यल्प प्रतिसादा विरोधात उमटलेली प्रतिक्रिया होती.

आंदोलनाने कायद्याची अंमलबजावणी करणाऱ्या प्रचलित यंत्रणेतील प्रचंड उणिवा उघड केल्या.

सरकारनं अंतर्गत व बाह्य दबावामुळे बेचाळीस वर्ष पडून असलेल्या लोकपाल विधेयकावरची धूळ झटकून त्याला पुनर्जीवन दिलं. मात्र त्यांच्या स्वत:च्याच दबावांमुळे ते विधेयक अतिशय दुर्बल स्वरूपात तयार झालं. त्यामुळंच सिव्हिल सोसायटीनं त्यामध्ये प्रवेश केला आणि आजच्या काळाची आव्हानं पेलण्यास सक्षम, बहुव्याप्त भ्रष्टाचार प्रतिबंधक मंडळ तयार करण्यासाठी मजबूत पर्यायी विधेयक तयार केलं.

उर्वरित इतिहास ज्ञात आहेच.

पण महत्त्वाचा मुद्दा असा की, अण्णा हजारे व त्यांची कायदेविषयक टीम, आणि सरकारचे पाच मंत्री यांच्या दरम्यान अनेक बैठका होऊनही दोन अत्यंत भिन्न मतप्रवाह समोर आले सरकारचा प्रस्ताव म्हणजे या देशातील जनतेला फसवण्याची मूभा आहे. त्यामुळे विषयांच्या संदर्भात अधिकच गोंधळ निर्माण होतो आहे.

हे स्पष्ट करणारे, मतभेदाचे प्रमुख मुद्दे -

- निवड समिती : सिव्हिल सोसायटीच्या विधेयकात म्हटलं आहे की निवड समितीत दोन लोकनियुक्त राजकारणी, सेवेत असलेले चार न्यायमूर्ती, आणि घटनेनं अधिकृत ठरवलेले दोन स्वतंत्र अधिकारी असावेत.हा मतभेदाचा पहिला महत्त्वाचा मुद्दा आहे – ‘‘सत्तेतील सरकार’’चं वर्चस्व असलेलं पॅनल आणि जनतेच्या विधेयकातील समतोल पॅनल.
- शोधसमिती : सिव्हिल सोसायटीच्या विधेयकात शोधसमिती स्थापन करण्याचा प्रस्ताव मांडला आहे. संपूर्ण देशभरातून सर्वोत्तम बुद्धिमत्ता व कौशल्य पारदर्शी पद्धतीनं शोधणं वा स्वीकृत म्हणून सहभागी करून घेणं यासाठी अशा समितीची कल्पना मांडली आहे – या समितीत निवृत्त वरिष्ठ न्यायमूर्ती, कॅग आणि मुख्य निवडणूक

लोकनियुक्त प्रतिनिधी व मतदार यांच्यादरम्यान प्रचंड दरी आहे. हे प्रखर वास्तव आहे.

आयुक्त, आणि सिव्हिल सोसायटीचे पाच स्वीकृत सदस्य असावेत. यामुळे देशातील मान्यवर नागरिकांचा भ्रष्टाचाराशी मुकाबला करण्यात महत्त्वाचा सहभाग घडेल. सरकारी प्रस्तावात अशी कोणती विशिष्ट तरतूद नाही.

- व्यक्तीगत सुनावणी : मतभेदाचा तिसरा आणि अतिशय महत्त्वाचा गंभीर मुद्दा म्हणजे, सरकारी विधेयकात चौकशी अथवा तपासानंतर, सर्व टप्प्यांवर आरोपीसाठी व्यक्तीगत सुनावणीची तरतूद ठेवली आहे. त्यामुळं खटले आणि विलंब यासाठी संधीच मिळेल.

  सरकारनं या संदर्भात खालील टप्पे सुचवले आहेत :

चौकशी, लोकपालाला अहवाल सादर करणं, आरोपीला बाजू मांडण्याची संधी, तपास आणि अंतिम दोषारोपपत्राआधी आणखी एक सुनावणी. ज्या माणसाच्या लौकिकावर दुष्परिणाम होण्याची शक्यता आहे, अशा कोणत्याही व्यक्तीच्या अप्रत्यक्ष सहभागाच्या प्रकरणातसुद्धा अशी संधी दिलीच पाहीजे असा प्रस्ताव आहे.

मात्र सिव्हिल सोसायटीच्या मसुद्यात म्हटलं आहे की :

प्राथमिक चौकशीनंतर आरोपीला कायद्यानुसार कसून चौकशीला सामोरं जावं लागेल – त्याला बचाव करण्यासाठी अथवा गुन्ह्यांशी संबंध आहे किंवा नाही हे मांडण्यासाठी पूर्व – सुनावणी होणार नाही. त्याला कायद्यानुसार न्यायालयातच बचाव सादर करता येईल.

- नोकरशाही : या दोन्ही मसुद्यांमध्ये मतभेदाचे जे महत्त्वपूर्ण मुद्दे आहेत त्यातला एक मुद्दा म्हणजे – सरकारी बिलात नोकरशाही लोकपालाच्या कक्षेबाहेर, संयुक्त सचिवांच्या अखत्यारीत ठेवली आहे. याचा अर्थ असा की, सामान्य माणसानं – ज्याचा त्याच्या आवश्यक असणाऱ्या सर्व सेवांसाठी याच अधिकाऱ्यांशी संबंध येतो – स्वतःच स्वतः पाहून घ्यावं !
- विलंब : सरकारी विधेयकातील सिटीझन्स चार्टर तरतुदीनुसार सेवा देण्यात विलंब झाल्याबद्दल कसल्याही शिक्षेची तरतूद नाही. मात्र सिव्हिल सोसायटीच्या विधेयकात अशी तरतूद आहे.

  अशी तरतूद न करण्यामुळं, एकच संदेश मिळाला आहे तो म्हणजे

– भ्रष्टाचार ही सामुदायिकरित्या करण्याची गोष्ट आहे आणि लाच 'किरकोळ' गोष्ट आहे. सामान्य माणसानं त्यासोबत जगायला शिकलंच पाहिजे.

- न्यालयाचे अधिकारक्षेत्र : यासंर्दभातील आणखी एक गंभीर मुद्दा म्हणजे, सरकारनं प्रस्तावित केलेल्या विधेयकात लोकपाल ही फक्त एक वेगळी संस्था आहे. त्याच्या अखत्यारीत केंद्रीय दक्षता आयोग येत नाही किंवा सीबीआयचा भ्रष्टाचार – प्रतिबंधक विभागही तिकडे तबदील केलेला नाही. लोकपाल त्याच प्रकारचे काम करणार असूनही लोकपालाच्या अखत्यारीत हे विभाग दिलेले नाहीत. तसंच चौकशी अथवा तपास प्रलंबित असलेलं कोणतंही प्रकरण लोकपालाच्या अधिकारक्षेत्रात येणार नाही. त्यामुळे भूतकाळातील भ्रष्टाचाराची तपास सुरू असलेली सर्व प्रकरणं लोकपालसमोर येणारच नाहीत.

अशा प्रकारचं लोकपाल विधेयक येण्यानं कायदा अंमलबजावणीच्या कुरकुरत्या चाकात आणखी एक निष्फळ आरा जोडला जाईल इतकंच आणि प्रचलित कमकुवत यंत्रणेत अधिकच भर पडेल. त्यामुळं भ्रष्टाचार प्रतिबंधक यंत्रणेला बळकटी येण्याऐवजी तिची गती आणखी कमी होईल. शिवाय, कोणते प्रकरण कुणाकडे जावे याबाबतच निर्णय कोण घेणार? श्रीयुत पंतप्रधान अथवा श्रीमती 'जी', आम्ही संघर्षातच जगायचं, सरळपणे नाही असं विधीलिखितच आहे काय?

विश्वासघात होऊ नये यासाठी दक्ष राहा

मी माझ्या शहराकडे निघाले होते. तिथं मला अगदी घरच्यासारखं वाटतं. मी जन्मल्यापासून हे शहर पाहत आहे. त्या काळी हे शहर एक निरोगी शहर होतं... राहायला अगदी छान. अगत्यशील, समृद्ध, भांडणतंटा नसलेलं आणि सगळ्यात महत्त्वाचं म्हणजे फिरायला अगदी सोपं – सोयीचं. दिवसभर दुचाकीवरून शहरात कितीही फिरावं... आम्हा मुलींना अगदी सुरक्षित वाटायचं. आजूबाजूला सगळीकडं किती मजा असायची....

आणि मग हे सगळं हरवून गेलं... कडव्या धर्माभिमान्यांच्या हिंसाचार व विध्वंसामुळं हे सगळं उजाड झालं. औद्योगिक उत्पादनांना खीळ बसली. सुरक्षेच्या भीतीमुळे ज्यांना ज्यांना शक्य होतं ते लोक शहर सोडून गेले. लोकांच्या नोकऱ्या गेल्या. हल्ल्यांच्या भीतीनं लोक घरीच राहू लागले. संध्याकाळी वाहतुकीनं गजबजून जाणारे रस्ते ओस पडले समृद्ध उद्योजकांची निवासस्थान असणारी उपनगरंसुद्धा ओस पडली. रस्त्यांवर दिसणारं साहित्य गायब झालं... बहुधा त्या विक्रेत्यांना स्थलांतर करणं भाग पडलं असावं किंवा त्यांना लुटून उद्ध्वस्त केलं गेलं असावं. परप्रांतातून तिथं आलेल्या कुशल कामगारांनी जीवाच्या भीतीनं पळ काढला...

काही दशकांपूर्वी असं चित्र होतं.

माझी पाळंमुळं जिथं रुजली आहेत ते शहर अजूनही या आघातातून पूर्णपणे वर आलेलं दिसत नाही. शहरातील बऱ्याच रहिवाशांकडून याला दुजोरा मिळाला. उद्योगातील जबरदस्त चैतन्यमय गतवैभव पुन्हा

फिरून लाभलं नाही. वाढती लोकसंख्या आणि त्याचे परिणाम यासोबत प्रश्न अधिकच वाढत गेले आहेत. पोटापाण्यासाठी व्यवसाय करणाऱ्या विक्रेत्यांनी व दुकानदारांनी पदपथ व रस्ते व्यापून टाकले आहेत. हे सगळं चित्र पाहून फार वाईट वाटलं. माझ्या मते हा इतकी वर्षं दुर्लक्ष केल्याचा परिणाम आहे. हेच दुसऱ्या शब्दांत सांगायचं तर, सामान्य स्तरावर दर्जाहीन राज्यकारभाराचा परिणाम!

> *आता तरी लक्षात घ्या. जी व्यक्ती शहराच्या गरजा पूर्ण करण्याची जबाबदारी मानते अशा व्यक्तीलाच मतदान करा.*

मी शहराच्या मुख्य व त्यांना जोडणाऱ्या रस्त्यांवरून गाडीतून निघाले होते. सगळीकडे प्रचंड खणून ठेवलेलं होतं. रस्त्याची कामं जवळपास ठप्प झालेली दिसत होती. त्यामुळं वाहतुकीची कोंडी होत होती. वाहतुकीला काही शिस्त नव्हती. फक्त निवडक व्हीआयपीच्या येण्याजाण्याच्या वेळी चित्र बदलत होतं. असंही समजलं की, शहरातल्या हमरस्त्यावर दररोज एकतरी प्राणघातक अपघात घडत होता. त्याला कारणीभूत होते, रस्त्याच्या बांधकामातील गंभीर तांत्रिक दोष.

तिथं एकाही तीन चाकी ऑटो-रिक्षा चालकांकडं व्यवस्थित कागदपत्रं सापडणं कठीण आहे असं मला समजलं. रजिस्ट्रेशन, प्रमाणपत्र किंवा वाहन चालक परवाना अशी कागदपत्र त्यांच्याकडं नव्हती आणि त्यांची पोटापाण्याची गरज म्हणून किंवा राजकीय शिरस्त्यानुसार अधिकारीवर्ग त्यांच्यावर कारवाई करू शकत नव्हता.

घरांच्या रांगांमधून जाणाऱ्या गल्ल्या दिवसेंदिवस अरुंद होत चालल्या होत्या. घर व रस्ता यादरम्यान थोडं तरी अंतर असणं गरजेचं असताना, रहिवाशांच्या घरांची प्रवेशद्वारं थेट रस्त्यावरच उघडत होती. जुन्या शहराचं रूप असं नव्हतं. तेव्हा दाटीवाटी असेल पण हे नवं, शहरी "प्लॅन्ड" रूप नव्हतं. पूर्वी गल्लीबोळांतून बऱ्यापैकी मोठी कार सहज जाऊ शकत असे, आता मात्र तिथून जेमतेम दुचाकी जाऊ शकते.

त्या काळी विधवांची वसाहत होती. ज्यांचे पती अतिमद्यपानामुळे किंवा अंमली पदार्थांमुळे मरण पावले आहेत अशा विधवा तिथे मुलांसमवेत राहात असत. त्यांची परिस्थिती इतकी हलाखीची असे की, त्यांच्या मुखात अन्नाचा घास पडायचा तो तिथे दिवसा शाळा

भरवणाऱ्या निवासी स्वयंसेवकाच्या घरातून.

मला सांगण्यात आलं की, शहरात कुठले कर लावणं शक्यच नव्हतं कारण मतं जाण्याची भीती होती आणि नगरपालिकेकडे तर निधी नव्हता. परिणामी – रस्ते, रस्त्यावरचे दिवे, शाळा, निवृत्तीवेतन, आरोग्यसुविधा आणि इतर सामाजिक कार्ये अशा अत्यावश्यक सेवांसाठी निधीच नव्हता. या साऱ्याचा शहराच्या जीवनस्तरावर दुष्परिणाम घडत होता.

माझ्या मनात आलं, हे सगळे प्रश्न सोडवायला इतके अशक्य आहेत का?

नाहीत, नक्कीच नाहीत... फक्त संबंधित अधिकाऱ्यांनी त्यांच्या हस्तिदंती मनोऱ्यांतून बाहेर लोकांसमवेत यायला हवं. व्हीआयपी भोंग्याच्या वाहनाविना त्या खड्ड्यांनी व्यापलेल्या रस्त्यावरून गाडी चालवून बघायला हवी. ज्या प्रकल्पांसाठी रस्ते खोदून ठेवले आहेत त्यांच्यावर देखरेख करण्यासाठी समन्वय समूह कार्यरत करा. मोफत गोष्टींची खैरात करून सरकारी खजिना रिकामा करणं थांबवा, जे लोक खर्च करू शकतात त्यांना खर्च करू द्या.

यासंदर्भात नागरिक काय करू शकतात? त्यांच्यासमोर काही पर्याय आहे का?

हो, त्यांना त्यांच्या मताची ताकद वापरायला हवी.

आता तरी लक्षात घ्या. जी व्यक्ती शहराच्या गरजा पूर्ण करण्याची जबाबदारी मानते, अशा व्यक्तीलाच मतदान करा. शहरातील तरुणांच्या मदतीने सिव्हील सोसायटीनी पुढाकार घ्या आणि आपल्या शहराचा अजेंडा आखा. आपल्याला हव्या असलेल्या सर्व बाबींची यादी तयार करा आणि ही यादी उमेदवारांना द्या... जे उमेदवार या यादीची पूर्तता करण्याची जबाबदारी घेतील, त्यांनाच मत द्या. अशा प्रकारे निवडणुकीनंतर त्यांना जबाबदार धरता येईल. हा मतदार आणि लोकनियुक्त प्रतिनिधी यांच्या दरम्यानचा सेवा करार होऊ शकेल. आजवर फक्त न वाचले जाणारे जाहीरनामेच होते, त्यासाठी लोकनियुक्त प्रतिनिधींना कधीही जबाबदार धरलं गेलेलं नाही.

उमेदवारानं व त्याच्या पक्षानं ज्या ज्या गोष्टींची खात्री दिली होती त्यावर विश्वास ठेवून प्रत्येक मत हे 'व्होट ऑफ ट्रस्ट' मानण्याची

आता वेळ आली आहे. आणि या विश्वासाचा अथवा खात्रीचा भंग केल्यास ते भारतीय दंड संहितेच्या कलम ४०६ अन्वये (ब्रीच ऑफ ट्रस्ट) शिक्षेस पात्र होऊ शकतील. ही नवी राजकीय कारवाई होऊ शकेल आणि सिव्हिल सोसायटी माहिती अधिकाराच्या कायद्यान्वये त्याची अंमलबजावणी करू शकेल.

असं प्रत्यक्षात लगेच घडेल की नाही हा मुद्दा तितकासा महत्त्वाचा नाही. पण एक दिवस सिव्हिल सोसायटीचं हेच सामर्थ्यशाली हत्यार योग्य बदल घडवण्यासाठी वापरले जाईल.

नेतृत्वासाठी कित्ता

वरिष्ठ अधिकाऱ्यांच्या समूहात नुकत्याच घडलेल्या चर्चेची मी साक्षीदार आहे. त्यातील काही अंश : ''तुम्ही जर कायद्याच्या पुस्तकांनुसार वागणार असाल तर आम्ही इथं कशासाठी आहोत?'' पोलीस सेवेत नव्यानं प्रवेशलेल्या एकाला स्थानिक नेतृत्वानं विचारलं होतं. पोलीस सेवेत नव्याने प्रवेश केलेला तो, कायद्याचं कठोर पालन करत होता. प्रशिक्षण अकादमीत शिक्षकांनी जे शिकवलं होतं त्यानुसार वागण्याचा त्याचा निश्चय होता.

दुसरा एकजण म्हणाला, ''काही स्थानिक प्रतिनिधींना वाटतं की प्रसिद्ध विषय उचलून धरणं एवढीच फक्त त्यांची जबाबदारी आहे, कायद्यानं प्रतिबंध करणं ही नाही जे कायदे पाळले जातात ते त्यांनीच केले होते, ही गोष्ट ते विसरतात.''

आणखी एक जण म्हणाला, ''१९९० सालापर्यंत दंगल झाल्याक्षणी राजकारणी काढता पाय घ्यायचे. आता काही राजकारणी अशावेळी भूमिकेचा सक्रीय शोध घेतात.''

चौथ्याचे म्हणणे होते, ''पोलीस दल दुंभगलेल्या लक्षणांनी ग्रस्त आहे. त्यांची दुभंगलेली संस्कृती आहे. तग धरून राहण्यासाठी ते राजकारण्यांवर अवलंबून असतात, आणि जबाबदारीसाठी कायद्यावर. आपल्याला अधिकाराची सुस्पष्ट शृंखला हवी आहे.''

एक ज्येष्ठ अधिकारी म्हणाले, ''काही वरिष्ठांच्या मनात अशी भीती असते की जर एखाद्या ज्येष्ठ डीजीपीने आदेश दिला तर त्याचे पालन कुणी करेल का? जर नेमणुका पोलीस नेतृत्वाच्या हाती

नसतील तर जबाबदार कुणाला धरायचं?''

अशा उद्विग्नतेमुळं सध्या समस्यांवर उपाय शोधण्यास विलंब होत असेल काय? सर्व संभाव्य दिशांना अनेक गोष्टींची दखल घेण्याची गरज आहे. पण सर्वात तातडीनं गरज आहे ती नेतृत्व पुनर्स्थापित करण्याची आणि जबाबदारी स्पष्ट करण्याची. एकदा एखाद्या पदाची जबाबदारी पूर्ववत निश्चित केली की विश्वासार्ह राहण्याची पूर्ण जबाबदारी त्या पदावरील व्यक्तीची असते. ही जबाबदारी स्पष्ट व निश्चित असते. मग ती व्यक्ती ती पार पाडो अथवा न पाडो. यामुळे सूज्ञ सल्ला आहे तसाच राहतो. त्यापासून फारकत घेतली जात नाही. त्याचे भय बाळगण्याचे कारण नाही. कारण मतदारांची जबाबदारी जागच्या जागी राहायलाच हवी. पण निवडून आलेल्यांनाच दुभाजक रेषा मारण्याची गरज वाटते. दुर्दैवाने हाच समतोल हरवला आहे.

बरेचदा 'सरकारी सेवकांच्या नेतृत्वासमोरची आव्हाने' या विषयावर चर्चा ऐकायला मिळतात. 'सेवक', नेतृत्व' आणि 'आव्हान' या दरम्यानची ही आश्चर्यकारक विसंगती आहे! 'सेवक' म्हटलं की त्यानं सर्व आज्ञा पाळणं अपेक्षित असतं. तो उत्तम प्रकारे घर सांभाळू शकतो, सगळ्या गोष्टींचं नीट आयोजन करू शकतो, घर सुस्थितीत ठेवण्याचं कसब त्याच्याजवळ असतं. तो उत्तम पाकसिद्धी करतो आणि अगत्यानं खाऊ घालतो, आलं-गेलं सांभाळतो, फोनवर हुशारीनं बोलतो, भेटीच्या वेळा ठरवतो, गोपनीयता राखतो, ज्येष्ठांना व गरजूंना काय हवं नको ते पाहतो, सुरक्षेच्या दृष्टीनं दक्षात घेतो, मुलांची काळजी घेतो आणि गरज असेल तेव्हा गाडीसुद्धा चालवतो. पण म्हणून त्याच्याकडे नेतृत्व देता येईल काय? घराचं नूतणीकरण करण्याचा निर्णय किंवा घराला वेगळा रंग देण्याचा निर्णय किंवा घरात नवं फर्निचर घेण्याचा निर्णय तो घेऊ शकतो काय? घरासाठी तो नवीन उपकरणं अथवा वस्तू विकत घेऊ शकतो काय? किंवा आज तुम्ही काय पोशाख घालायचा हे तो तुम्हाला सांगू शकतो काय? अशा प्रकारे जेव्हा त्याची भूमिका ही फक्त दैनंदिन कामकाज करण्यापूर्तीच असते तेव्हा त्याच्याकडून आव्हान स्वीकारणारं नेतृत्व कसं मिळेल?

फक्त एखादी रिकामी व्यक्तीच नेतृत्व करू शकते. घर सांभाळण्याचं काम करणारे लोक कधीही रिकामे नसतात. त्यांनी, त्यांना जेवढं

सांगितलं असेल तेवढंच करणं अपेक्षित असतं. त्यांनी अवज्ञा केली किंवा बेशिस्त वर्तन केलं तर त्यांना कामावरून काढून टाकलं जाऊ शकतं. त्यांनी सकाळी मालक उठण्याआधी उठलं पाहिजे आणि रात्री मालक झोपल्यानंतर झोपलं पाहिजे. बाकी एरवी त्यांना विश्रांती घेण्याचा हक्क नसतो. ते सर्वार्थानं मालकाच्या हाताखालचे असतात.

सरकारी सेवेतल्या अधिकाऱ्यांना 'जनतेचे सेवक' म्हणणं बंद करा, त्यांना 'सार्वजनिक अधिकारी' म्हणा. सक्षम आणि प्रतिक्रियाशील प्रशासन देणं ही त्यांची जबाबदारी आहे.

तथापी, मालक घरी नसतो तेव्हा त्या घर सांभाळणाऱ्या माणसाचंच राज्य असतं. त्यावेळी तो चोरी करू शकतो. मित्रमंडळ जमवून मजा करू शकतो, बाहेर सटकू शकतो, घराचा गैरवापर करू शकतो, झोप काढू शकतो, त्याला हवं ते किंवा शक्य ते खाऊ शकतो, माहिती फोडू शकतो आणि पकडला गेला नाही तर तो या सगळ्यातून निसटू शकतो.

या सगळ्या स्पष्टीकरणानंतर आपण सरकारी सेवेतल्या अधिकाऱ्यांना जनतेचे सेवक म्हणणार काय?

एका बैठकीत यावर एकसूरात उत्तर आलं... "नाही!"

अशाप्रकारे सर्वप्रथम पारिभाषिक नामकरण बदलायला हवं... सरकारी सेवेतल्या अधिकाऱ्यांना 'जनतेचे सेवक' म्हणणं बंद करा, त्यांना 'सार्वजनिक अधिकारी' म्हणा. सक्षम आणि प्रतिक्रियाशील प्रशासन देणं ही त्यांची जबाबदारी आहे.

त्यांची मुलकी सेवेत अधिकारी म्हणून निवड, नियुक्ती व प्रशिक्षण होतं. एकदा का त्यांना 'जनतेचे सेवक' म्हणणं किंवा त्यांच्याकडं त्या दृष्टीनं पाहणं बंद झालं की या तथाकथित 'हाऊसकीपर्स'ना नेतृत्वाची सर्वस्वी नवी मनोभूमिका विकसित करावी लागेल. त्याचवेळी ते नेतृत्वाशी संलग्न असणाऱ्या आव्हानांकडं पाहू शकतील.

जनतेचे सेवक ते सार्वजनिक अधिकारी हे स्थित्यंतर घडण्यातून अधिकारापदाबद्दलचा आदर व्यक्त होतो... तो सुद्धा गुलामगिरी न पत्करता, पुढाकार घेणाऱ्या, श्रेय विभागून देणाऱ्या, नियंत्रणाची संस्कृती मोडून काढणाऱ्या, विकासाला प्रोत्साहन देणाऱ्या, अनेक कौशल्यं आत्मसात करणाऱ्या, लोकांना सबल करणाऱ्या, प्रामाणिक

आणि अत्यंतिक तळमळीनं काम करणाऱ्या अधिकारपदाबद्दलचा .

सार्वजनिक अधिकाऱ्यांना बंदिस्त मनोवृत्ती, वैयक्तिक हितसंबंधाची जपणूक करणाऱ्या लोकांकडून विरोध होईल व होणारच. हा विरोध कुटुंबीय व मित्रांकडूनही होईल. पण सर्वांत मोठं आव्हान असेल ते निर्णय घेणाऱ्या अधिकाऱ्याचं. तो जे निर्णय घेईल ते त्याच्या वृत्तीवर व विश्वासाच्या पायावर, त्याच्या वैयक्तिक गरजा, त्याला आवश्यक वाटणाऱ्या गोष्टींवर आधारित असतील.

त्या व्यक्तीनं स्वत: एक मूलभूत निर्णय घ्यायचा आहे, तो म्हणजे जनतेचा सेवक व्हायचं का 'हाऊकीपर' व्हायचं, का लोकांच्या अपेक्षेप्रमाणं सार्वजनिक अधिकारी व्हायचं.

द्रष्टे नेते

मला 'द्रष्टे, टीम नेतृत्व विकसित करताना...' या विषयावर व्याख्यान देण्यासाठी बोलावलं होतं. माझ्यासमोर खासगी क्षेत्रातील कंपन्यांचे वरिष्ठ व्यवस्थापक बसले होते. ते नेतृत्वविकास विषयावरील अभ्यासक्रमासाठी आले होते. हा विषय मोठा इंटरेस्टिंग होता. कारण सध्या संपूर्ण जगभरात आणि आपल्या देशातही आपण नेत्यांचा उदय आणि अस्त पाहत आहोत. सर्व घडामोडींना प्रसारमाध्यमे इतकं परिणामकारक स्थान देत आहेत की, वाचक व दर्शकांना एखादी व्यक्ती का अपयशी ठरली आणि काहीजण का यशस्वी झाले हे अगदी स्पष्टपणे कळू शकतं.

त्यामुळं मी व्याख्यानाला सुरुवात करण्याआधी काही प्रसंगोचित प्रश्न विचारायचं ठरवलं. त्यांना सध्याच्या नेत्यांबद्दल काय वाटतं? ते त्यांच्याकडे कोणत्या दृष्टिकोनातून पाहतात? 'द्रष्टा नेता' या निकषावर ते या नेत्यांच्या कामगिरीचं मूल्यमापन काय करतील?

माझ्यासाठी हा आत्म-शिक्षणाचा एक मार्ग होता. आता, समोरचे लोक जी उत्तर देतील त्यावर सगळं अवलंबून होतं.

माझ्यासमोर जवळजवळ २०० वरिष्ठ अधिकारी उपस्थित होते. मी त्यांनी दिलेली उत्तरं फळ्यावर एकाखाली एक लिहित होते, एकमेकांची मतं त्यांना कळावीत यासाठी. शिवाय, त्यामुळं पुनरुक्ती टाळता येत होती. त्या मुद्यांकडं पुन्हा येता यावं यासाठी मला ते लिहायचे होते.

ही यादी अतिशय इंटरेस्टिंग झाली. आज जे लोक नेतृत्वस्थानी

आहेत त्यांना स्वत:ला आपण या स्थानांवर राहण्यासाठी लायक आहोत की नाही, हा प्रश्न विचारायला लावला पाहिजे.

त्या वरिष्ठ व्यवस्थापकांनी आजच्या नेतृत्वाबद्दलची मतं अशा प्रकारे मांडली :

- त्यांना जबाबदारीचं भान नाही.
- ते 'बोले तैसा चाले' आचरणात आणत नाहीत.
- ते शाब्दिक व शारीरिक हिंसाचार करतात.
- तळमळीचा अभाव.
- ते जबाबदारी युक्तीने झटकतात.
- ते अल्पकालीन उद्दिष्ट आखतात.
- ते भ्रष्टाचार माजू देतात.
- ते अत्यंत स्वार्थी आहेत.
- ते खोटारडेपणे जगतात-वागतात.
- ते ढोंगी आहेत.
- ते असंवेदनशील आहेत.
- त्यांच्यात समर्पणभाव नाही.
- ते स्वत:चं उदात्तीकरण करतात.
- ते वाईट आदर्श (रोल मॉडेल्स) आहेत.
- ते स्वत:ला खूप मोठं समजतात.
- त्यांच्यात कळप मनोवृत्ती आहे.
- देशहिताच्या अनेक गोष्टींबद्दल ते अज्ञानी आहेत.
- ते वैयक्तिक हितसंबंध जपतात.
- त्यांच्यात निर्णयक्षमता नाही.
- त्यांच्यातील बरेचजण अनेकदा नीतीभ्रष्टपणे वागतात.
- त्यांच्यातील बरेचजण गुन्हेगार अथवा अपराधी आहेत.
- त्यांच्यातील बरेचजण विश्वासार्ह नाहीत.
- त्यांची छुपी उद्दिष्टं असतात पण ते जनहिताचा कळवळा आहे असं दाखवणारे मुखवटे चढवतात.
- त्यांना सत्तेची भूक आहे.
- ते भित्रे आहेत, त्यांना पर्दाफाश होण्याची भीती वाटते.
- ते फक्त संधिसाधू असतात.

- ते लबाडीचे व्यवहार करतात.
- ते लोकांची पिळवणूक करतात.
- त्यांच्या अतिशय वेडगळ समजुती व भ्रम आहेत.
- ते अतिशय मगरुर आहेत.

काम अथवा कार्य म्हणजे केवळ कर्तव्यभावना नव्हते तर आयुष्य आपल्याला जे काही देतं त्या सगळ्याबद्दल एक प्रकारची कृतज्ञता व जबाबदारीची बांधिलकीची भावना.

ही यादी खरंच खूप मोठी होती. सगळ्या व्यवस्थापकांना ही यादी दिल्यानंतर माझ्या प्रश्नाचं उत्तर मिळालं त्यांचं इतरांबद्दल हे मत होतं. मग मी त्यांना स्वत:चंच परीक्षण करायला सांगितलं आणि तुमच्यात यातले किती दोष आहेत ते पाहायला सांगितलं. मी त्यांना सांगितलं की, ''तुम्ही इतरांच्या उणिवा शोधाल तेव्हा इतरजण तुमच्या उणिवा शोधतील.''

अशा प्रकारे चर्चेचा निष्कर्ष होता – ''जेव्हा तुम्ही इतरांचे दोष काढता त्यावेळी तुम्ही स्वत:कडेही पाहिलं पाहिजे. हेच दोष तुमच्यातही आहेत का याबाबत तुम्ही आत्मपरीक्षण केलं पाहिजे. आम्ही सर्वांनी तयार केलेल्या यादीतल्या तीस उणीवांपैकी एखादी अथवा त्यापेक्षा जास्तही उणिवा तुम्हाला तुमच्यात सापडू शकतील. लक्षात घ्या, आपण सर्वजण इतरांकडून सर्वोत्तम वर्तनाची अपेक्षा करतो, मात्र आपण स्वत:ला त्यात धरत नाही. म्हणूनच तुम्हाला हा प्रश्न विचारला आणि तो फळ्यावर नोंदवला, ज्यायोगे तुम्ही ते वाचून स्वत:चंच परीक्षण करू शकाल.''

मी यासंदर्भात पुढे म्हणाले, ''द्रष्टा नेता होण्यासाठी आपल्याजवळ कामाप्रती 'पॅशन' हवं. कार्य हीच पूजा अशी वृत्ती हवी. आणि काम अथवा कार्य म्हणजे केवळ कर्तव्यभावना नव्हे, तर आयुष्य आपल्याला जे काही देतं त्या सगळ्याबद्दल एक प्रकारची कृतज्ञता व जबाबदारीची, बांधिलकीची भावना. जेव्हा कार्य हीच पूजा बनते त्यावेळी साहजिकच भविष्याचा वेध घेतला जातो, तो सचोटी, योग्य उद्देश, कौशल्ये आत्मसात करणे, आपलं ज्ञान नियमितपणे अद्ययावत करणे अशा गोष्टींच्या आधारे. अशा व्यक्तीला टीमची ताकद माहीत असते आणि ती सदैव विचारांची देवाण-घेवाण करत राहते.

त्यामुळे द्रष्टे नेते बनण्यासाठी आपण सर्वांनी स्वत:चंच रक्षक, स्वत:चेच पोलीस बनले पाहिजे. आपण इतरांमधले दोष टिपून त्यांच्याबद्दल मतं व्यक्त करण्याआधी, स्वत:कडं पाहणं हे आपलं कर्तव्य आहे. आधी आपण स्वत:शी जसे वागतो त्याला आपण जबाबदार आहोत, इतरांशी वागण्याचा मुद्दा त्यानंतर येतो. आपण हे करत असू तरच आपण सतत सुधारत आहोत आणि द्रष्टे टीम नेतृत्व करण्यासाठी स्वत:ला प्रशिक्षित करत आहोत असा आपण दावा करू शकतो.

आपल्यापैकी प्रत्येकजण इतरांना पोलीस देऊ करण्यासाठी स्वत:च स्वत:चा पोलीस बनला, इतरांना मार्गदर्शन करण्याऐवजी स्वत:च स्वत:चा मार्गदर्शक बनला, आपण इतरांना जो उपदेश करतो तो आधी स्वत:च आचरणात आणला तर देशाचं नाव कुठल्याकुठे जाईल... केवढी क्रांती घडेल!

आणि या क्रांतीचा आरंभ कुठल्याही क्षणी, कुठूनही होऊ शकतो.

भ्रष्टाचारविरोधात महिला

आपण ८ मार्चला महिला दिनाचा ठरावीक उत्सव साजरा करण्याऐवजी यंदा काही निश्चय करणार आहोत का?

८ मार्चच्या आधी आणि नंतर आठवडाभर चर्चेचं गुऱ्हाळ सुरू राहील. महिलांचं स्थान, स्त्रीभूण हत्या, मुलींपेक्षा मुलांची टक्केवारी अधिक असणं, महिलांना अल्प प्रतिनिधित्व असणं, संसदेत ३३ टक्के महिला आरक्षण विधेयक प्रलंबित असणं, खेड्यातील महिला पंचांची कामगिरी, एकूणच महिलांची सुरक्षितता आणि विशेष:त महिलांच्या बाबतीत घडणारे गुन्हे अशा विषयांवर विविध परिषदा, अभ्यासवर्ग, कार्यशाळा, मोर्चे, निर्धार सभा, नाटके, समित्या, निवेदने अशा अनेक गोष्टींवर विशेष भर दिला जाईल.

या सगळयांच्या जोडीने एक विचारपूर्वक योजना आखली जाण्याची गरज आहे, ज्यायोगे आपण महत्त्वाच्या मुद्यांवर एकत्र आलो तर आपली सामुदायिक ताकद व एकत्र ऊर्जा किती असू शकते, हे महिलांच्या ध्यानात येईल. यातील एक महत्त्वाचा मुद्दा म्हणजे भ्रष्टाचाराविरूद्ध अथक सामाजिक लढा. महिलाशक्ती एकत्र आली तर सर्व स्तरांतील भ्रष्टाचार मग तो लहान असो वा मोठा, नोकरशाहीचा असो की राजकीय-निपटून काढता येऊ शकेल.

असं घडणं आवश्यक आहे. कारण सध्या आपल्या देशात भ्रष्टाचार ही सर्व दुष्ट शक्तींची जननी आहे, आणि स्त्रिया त्याचा कुठल्या ना कुठल्या स्वरुपात बळी ठरत आहेत. आधीच अत्यंत अपुरे साधनस्त्रोत असणाऱ्या सामान्य माणसाला भ्रष्टाचार लुबाडत आहे आणि वरपासून खालपर्यंत सर्व सेवा दूषित करत आहे. सर्वात महत्त्वाचं म्हणजे.

त्यामुळं जनतेचे नोकर त्यांच्या प्राथमिक कर्तव्यांपासून बाजूला जात आहेत. लोकांना सेवा देणं हे त्यांच ध्येय न राहता संपत्ती बळकावणं हेच त्यांचं ध्येय बनत आहे.

'व्होट बँक' असलेल्या महिलांनी 'जनशक्ती' बनवण्याची आत्यंतिक गरज आहे. महिलांनी सामाजिक परिवर्तनासाठी पुढे आलं पाहिजे. सामजिक परिवर्तन घडलं तर त्याचा सर्वांनाच लाभ होतो. राजकीय कारभार अधिक सक्षम होण्यासाठी नैतिक मूल्यं जपणारी संपूर्ण नवी पिढी घडवणं महिलांच्याच हाती आहे.

या वर्षी महिलांसाठी निश्चय करण्याचे काही मुद्दे :

१. शासनकारभाराबद्दल जागरूकता : या वर्षी प्रत्येक महिलेनं प्रशासन व शासनकारभाराशी संबंधित प्रश्नांबाबत जागरुकता वाढवण्याचा निश्चय केला पाहिजे.

बातम्या, चर्चा ऐकणं, वृत्तपत्रं आणि मासिकं वाचणं, दूरचित्रवाणीवरील उत्तम बौद्धिक कार्यक्रम नियमित पाहणं तसंच राजकीय, आर्थिक, कायदेविषयक व राष्ट्रीय प्रश्नांबाबत अधिक जागरुक करणारी व्याख्यांन ऐकणं याद्वारे ही जागरुकता वाढवता येईल. महिलांनी राजकीय प्रवाह, न्यायालयाच्या सूचना, कायदेशीर प्रक्रिया, तसंच राजकीय व सामाजिक समूहांमार्फत चर्चिल्या जाणाऱ्या व जनक्षोभ निर्माण करणाऱ्या प्रश्नांबाबत सतत माहिती घेत राहायला हवं. ग्रामीण भागातील महिलांनी त्यांच्यासाठी आखलेल्या ग्रामीण योजनांची अद्ययावत माहिती घ्यायला हवी, ज्यायोगे त्या त्यांचे हक्कं आणि या योजनांचे लाभ, यांची मागणी करू शकतील. हे त्यांनी स्वत:च करायला हवं, त्यासाठी इतरांवर अवलंबून राहता कामा नये. तरच त्यांचे हक्क हिरावले जाणार नाहीत. स्वयंसाहायता समूह, महिला मंडळे आणि फेडरेशन्स स्थापन करून त्यांनी सामाजिकदृष्ट्या सबल व्हावयास पाहिजे.

शहरी भागातल्या महिलांनी आपापल्या प्रभागांत तिथल्या शासन कारभाराच्या बाबतीत जागरूक राहिलं पाहिजे. आपला लोकप्रतिनिधी कोण हे त्यांना माहीत असायला हवं आणि आपल्या भागात काय काय आवश्यक आहेत त्या गोष्टी त्यांच्याकडून करून घेतल्या

> *एक विचारपूर्वक योजना आखली जाण्याची गरज आहे. ज्यायोगे आपण महत्त्वाच्या मुद्यांवर एकत्र आलो तर आपली सामुदयिक ताकद व एकत्र ऊर्जा किती असू शकते, हे महिलांच्या ध्यानात येईल.*

पाहिजेत. उदाहरणार्थ: शाळा, सुसज्ज रुग्णालयं, स्वच्छता विभागातील कर्मचारी हजर असणं, नियमित पाणी व वीज पुरवठा, सार्वजनिक वाहतुकीची सोय, पोलीस ठाणे, व्यवसाय प्रशिक्षण केंद्रं, कुटुंब व ध्यान समुपदेशन केंद्रं, इत्यादी.

सर्व महिलांना दोन कायद्यांची माहिती असायला हवी : माहितीचा अधिकार कायदा (शासनाच्या कर्तव्यांबाबत माहिती होण्यासाठी), आणि कौटुंबिक हिंसाचार प्रतिबंधक कायदा (कौटुंबिक हिंसाचाराला मोठ्या प्रमाणात प्रतिबंध होण्यासाठी). हे दोन्ही कायदे महिलांना सामाजिकदृष्ट्या समर्थ करणारे आहेत. महिलांनी फक्त हे कायदे आहेत तशा स्वरुपात (bare act) वाचले पाहिजेत म्हणजेच हे कायदे त्यावरील प्रतिक्रिया-भाष्ये यांविना जसे आहेत तसे वाचले पाहिजेत, त्यामुळे महिलांना कायद्यातील मूलभूत तरतुदींचं ज्ञान मिळेल आणि त्या आत्मनिर्भर होऊ शकतील.

२. शासनकारभार ते मूल्ये : महिलांनी त्यांच्या मुलांमध्ये मूल्यं रुजवण्याचा निश्चय केला पाहिजे. त्यांच्यासमोर उत्तम आदर्श ठेवले पाहिजेत.
"यंगिस्तान" किंवा भारतीय तरुणाई, त्यांची कौटुंबिक जडणघडण व त्यांना शालेय स्तरावर मिळणारं शिक्षण यानुसार घडते. आणि या स्तरावर बहुतेकसे शिक्षक महिलाच असतात. यावर्षी महिला कशा प्रकारे जडणघडण करणार आहेत आणि शालेय शिक्षण देणार आहेत... योग्य बीजं रुजवण्यासाठी त्या काय करणार आहेत?

३. या वर्षी महिला त्यांच आंतरिक सामर्थ्य ओळखण्यावरसुद्धा लक्ष केंद्रित करू शकतात. यातून उद्योजकतेला चालना मिळू शकेल. ज्या महिलांना रोजगाराचं साधन नाही. त्या महिलांनी स्वयंरोजगार निर्मिती करण्यासाठी व्यावसायिक कौशल्यं आत्मसात करण्यासाठी

विशेष प्रयत्न केले पाहिजेत. त्यांनी व्यवसाय करायला शिकलं पाहिजे आणि आपल्याला कुठं आणि कोणत्या संधी उपलब्ध आहेत ते शोधलं पाहिजे. महिलांनी उत्तम प्रकारे व्यवसाय करण्यासाठी मार्केटिंग आणि बँकिंग कौशल्यही आत्मसात करायला हवीत. स्वयंसाहायता समूहांमार्फत प्रगती साधता येतेच.

या देशातील सर्व महिलांची परिस्थिती सारखी नाही. काहीजणींना संधींची सहज उपलब्धता होते तर काहींना नाही. आपल्याला जे उपलब्ध आहे त्याचा वापर महिला किती उत्तम प्रकारे करतात हे त्यांच्या समोरचं आव्हान आहे.

ज्या महिलांना संधी लाभतात त्यांनी त्यांचा पुरेपूर वापर करून आत्मनिर्भरतेच्या दिशेनं पाऊल टाकलं पाहिजे. ज्यांना संधींची सहज उपलब्धता नाही त्यांनी ती निर्माण केली पाहिजे. शोधली पाहिजे, अथवा त्या मागितल्या पाहिजेत. महिलांनी स्वयंसहायतेसाठी नेटवर्क तयार केलं पाहिजे.

यासंदर्भात सगळ्या प्रश्नांना एकच उत्तर असणार नाही, पण सगळ्या महिलांचा एकच निर्धार असणं महत्त्वाचं आहे; तो म्हणजे आपली सद्यस्थिती सुधारून त्यात सकारात्मक बदल घडवणं, आणि मग इतरांसाठी मदतीचा हात बनणं. शक्य त्या मार्गानं... अगदी आपल्या आजूबाजूच्या परिसरापासून,कुटुंब, शेजारी, गाव अथवा समूहापासून कोणत्याही स्तरावर त्या इतरांना साहाय्य करू शकतात.

महिलांनी व्यक्तिश: व सामुदायिकरित्या आपल्या आयुष्याची सूत्रं आपल्या हाती घेतलीच पाहिजेत. राष्ट्रीय आरोग्य आणि समृद्धी, याच निश्चयाच्या बळावर आणि समान भूमिका बजावण्यावर अवलंबून आहे.

व्यापाऱ्यांनी भ्रष्टाचाराविरूद्ध जोरदार आवाज उठवला पाहिजे

नुकतंच मला तामिळनाडूतील सुमारे ५००० व्यापारी संस्थांच्या संघटनेच्या राज्यस्तरीय परिषदेसाठी बोलावलं होतं.

मध्यम व छोटे व्यावसायिक, तसंच नव्यानं व्यवसायात येणारे लोक, ५ मे हा व्यापारी दिन म्हणून साजरा करतात. या दिवशी ते दुकानं बंद ठेवून एकत्र येतात आणि त्यांचे प्रश्न जनतेसमोर व सरकारसमोर ठळकपणे मांडतात.

या खेपेला त्यांच्यासमोर जे मुख्य प्रश्न होते, त्यामध्ये एफडीआय म्हणजेच परकीय थेट गुंतवणुकीच्या मुद्याबरोबरच भ्रष्टाचाराचं संकट हा मुख्य प्रश्न होता. प्रत्येक बारीक सारीक मुद्यावर सरकारी अधिकारी व्यापाऱ्यांची कोणकोणत्या मार्गांनी छळवणूक करतात, आणि विलंब अथवा छळवणुकीमुळं त्यांचं कशा प्रकारे व्यावसायिक नुकसान होतं हे मुद्दे होते. त्यांना यातून मार्ग निघायला हवा होता.

व्यापारी समुदायानं पूर्वीही भ्रष्टाचार विरोधी चळवळीची साथ दिली होती. अण्णा हजारेंच्या 'इंडिया अगेन्स्ट करप्शन' (IAC) चळवळीला पाठींबा देण्यासाठी त्यांनी दुकानं बंद ठेवली होती. अनेकजणांनी अण्णांसोबत एक दिवस उपोषण सुद्धा केलं होतं आणि आयएसी च्या स्वयंसेवकांना संपूर्ण पाठिंबा दिला होता.

वाढत्या भ्रष्टाचाराच्या त्रासाशी दोन हात करण्यासाठी त्यांना उपाय हवे होते. अनेक अधिकारी व थेट बळी ठरलेल्या व्यक्तींबद्दल ऐकल्यानंतर त्यांना तीन कलमी धोरण सुचवलं. त्यांना सुचवलेले मुद्दे

इतर ठिकाणच्या व्यापारीसंस्थानाही लागू होतात.

पहिली सूचना, म्हणजे राज्यव्यापी भ्रष्टाचार प्रतिबंधक नियंत्रण कक्ष स्थापन करणे. त्याचा टोल-फ्री हेल्पलाईन नंबर असावा. जेव्हा एखादा अधिकारी, व्यापाऱ्याकडे लाच मागायला येईल तेव्हा त्याच्यापुढं मान तुकवण्याऐवजी त्या व्यापाऱ्यानं टोल-फ्री नंबर डायल करून तक्रार नोंद करावी. त्यामध्ये, मागणीचे तपशील, वेळ, स्थळ, त्या अधिकाऱ्याची ओळख, लाच ज्यासाठी मागितली आहे ते कारण, लाच मागितली गेली त्यावेळी आजूबाजूला साक्षीला असणारे लोक, हे आणि असे संपूर्ण तपशील द्यावेत आणि त्या भ्रष्टाचार प्रतिबंधक नियंत्रण कक्षाकडून मिळालेला तक्रार क्रमांक स्वत:कडे नोंदवून ठेवावा.

नियंत्रण कक्षाकडं तक्रार आल्यानंतर, त्यांनी ती संगणकात नोंदवावी आणि फोन करणाऱ्या व्यक्तीला संदर्भ अथवा तक्रार क्रमांक द्यावा. त्यानंतर नियंत्रण कक्षात ड्युटीवर असलेल्या व्यक्तीनं ती तक्रार ई-मेलनं मुख्यमंत्र्यांच्या कार्यालयात पाठवावी. मी यासाठी मुख्यमंत्र्यांचं कार्यालय सुचवलं कारण तक्रार कोणत्याही खात्याच्या कोणत्याही अधिकाऱ्याविरूद्ध असू शकते आणि त्यासंदर्भात योग्य ती कारवाई होण्यासाठी ती तक्रार कुठं पाठवावी, हे या कार्यालयाला सर्वात चांगलं कळू शकतं.

त्यानंतर व्यापारी संस्था, त्या तक्रारीबद्दल सरकानं काय कारवाई केली याची माहिती घेण्यासाठी ठरावीक काळानं माहितीचा अधिकार कायद्याखाली अर्ज करत राहू शकतात. अशा प्रकारे काही सरकारी अधिकाऱ्यांबद्दल वारंवार तक्रार येण्याची शक्यता आहे.

हा मार्ग उत्तम प्रतिबंधक ठरू शकेल.

आज प्रत्येक माणसाकडे, अगदी कितीही छोट्या उद्योगातल्या माणसाकडेसुद्धा मोबाईल फोन आहे. त्यानं आपली तक्रार देण्यासाठी या मोबाईल फोनचा वापर करावा आणि पुरावा म्हणून तो 'मेसेज' 'सेव्ह' करून ठेवावा.

अर्थात यामध्ये सगळ्या तक्रारींची शहानिशा करण्याची गरज आहेच, म्हणजे मग खोट्या तक्रारी किंवा संबंधित व्यापारीच काहीतरी अवैध उद्योग करत आहे आणि प्रामाणिक अधिकाऱ्यांनाच काम करणं अवघड होत आहे, त्यांनाच त्रास होत आहे असे प्रकार घडणार

नाहीत. पण तरीही, निदान प्रकरणाबद्दल तक्रार तरी नोंद होईल आणि लाच देण्याचे प्रकार घडणार नाहीत. प्रामाणिक अधिकाऱ्यांचंसुद्धा खोट्या तक्रारींपासून रक्षण होऊ शकेल. या पद्धतीचा दुहेरी फायदा आहे. सध्या भ्रष्टाचाराचं संपूर्ण प्रकरण, भ्रष्ट सरकारी अधिकाऱ्यांना अनुकूल असेल अशा पद्धतीनंच पाहिलं जातं. लोकांना भ्रष्टाचाराविरूद्ध तक्रार करण्यासाठी कुठे जागाच नाही, त्यामुळं ते त्रास टाळण्यासाठी अथवा विलंब कमी करण्यासाठी, शरणागती पत्करून लाच देतात.

लोकांना भ्रष्टाचाराविरूद्ध तक्रार करण्यासाठी कुठं जागाच नाही, त्यामुळं ते त्रास टाळण्यासाठी अथवा विलंब कमी करण्यासाठी, शरणागती पत्करून लाच देतात.

माझी दुसरी सूचना होती – आयएसी सोबत या, या चळवळीचे स्वयंसेवक व्हा, आणि कधीही लाच देऊ नका. एखादं प्रकरण उचलून धरत असताना कोणत्याही प्रकारचा त्रास झाल्यास आयएसीचे समन्वयक मदत करतात, तसंच आयएसीचे स्वयंसेवक भ्रष्टाचाराविरोधात एकत्र येऊन दृढ ऐक्याचे दर्शन घडवतात.

'तामिळनाडू हे भारतातील लोकायुक्त नसलेल्या दहा राज्यांपैकी एक राज्य आहे हे तुम्हाला माहीत आहे का?' अशी मी उपस्थित श्रोत्यांना विचारणा केली. तामिळनाडूमधील 'डीएमके' व सत्ताधारी 'एआयएडीएमके' या दोन प्रमुख राजकीय पक्षांनी अशा भ्रष्टाचार प्रतिबंधक संस्थेची गरज नसल्याचे म्हटले आहे.

लोकायुक्त हवा, या मागणीला व्यापाऱ्यांचाही पाठिंबा असणे आवश्यक आहे. परवाने, मंजुरी, निधी, अनुदाने अशा सरकारी सेवा विशिष्ट कालमर्यादेत देणाऱ्या सिटीझन्स चार्टरची त्यांनी मागणी करायला हवी.

माझी तिसरी सूचना होती – व्यापारी संस्थेने प्रत्येक जिल्ह्यात व्यवसाय प्रशिक्षण शाळा चालवाव्यात. या शाळांमध्ये तरुण व्यापाऱ्यांना उद्योग प्रक्रिया आणि कार्यपद्धती, यांचे ज्ञान दिले जावे. उदा. बँकेकडून कर्जसाहाय्य सोप्या पद्धतीने कसे मिळवावे, व्याज नियमितपणे कसे भरावे, मालाचा दर्जा, आरोग्य, स्वच्छता यांची हमी, आपल्या व्यवसायाचे हिशोब ठेवणे इत्यादी. सध्या नव्याने व्यवसाय सुरू करणारे व्यापारी

प्रचंड व्याजदरानं कर्ज घेतात आणि आयुष्यभर कर्जाच्या विळख्यात अडकतात.

व्यापारी संघाच्या वरिष्ठ सदस्यांनी लगेचच झालेल्या पत्रकार परिषदेत या तिन्ही सूचना स्वीकारल्याचे जाहीर केले.

इतर संस्था आणि व्यापाऱ्यांचे काय? भ्रष्टाचाराच्या भयानक संकटाविरोधी त्यांनी सर्वांनी ठोस पावले उचलण्याची आत्यंतिक गरज आहे.

कोट्यवधींच्या संख्येत इथंही एकत्र यायला हवं

'३० जानेवारी', महात्मा गांधींचा हौतात्म्य दिन. वेळ सकाळी अकरा. सर्व वाहतूक जागीच थांबायची. भोंगे ऐकू यायचे. आम्ही जिथे असू तिथे स्तब्ध उभे राहून दोन मिनिटे मौन पाळत असू.

या ३० जानेवारीला नेहमीप्रमाणेच व्यवहार सुरू होते. कोणत्याही दूरचित्र वाहिनीनं, सकाळी या दिवसाची आठवण करून दिली नाही. राज घाटावर सकाळी समाधीवर काहींनी फुलं वाहिली. पण कुठेही भोंगे वाजले नाहीत. मुक्ती, स्वातंत्र्य आणि ज्यांनी मुक्त होण्याची गरज आहे, त्यांच्या भवितव्याबाबत कोणत्याही चर्चा झाल्या नाहीत. उच्चभ्रू लोक इजिप्तमधील स्वातंत्र्यसंग्राम पाहत सीएनएनला खिळून राहिले. सुमारे सत्तर वर्षांपूर्वीचा आपल्याकडचा हा क्षण ते विसरले होते.

आपला नैतिक विनाश आता जवळ आला आहे. एक संस्कृती म्हणून आपण रोगग्रस्त आहोत. आपण आपल्याला स्वातंत्र्य मिळवून देण्यासाठी लढलेल्यांनाच विसरलो आहोत; कदाचित आनुवंशिकपणे आपल्यात गुलामगिरीचा जीन आला आहे, जो आजवर दडपलेला होता आणि आता तो डोके वर काढू पाहत आहे.

'हे राम' हा फक्त वेदनेचा आर्त उद्‌गारच नाही. हा उद्‌गार आहे काहीतरी गमावल्याचा, आमची उद्याची आशा नाहिशी झाल्याचा... आणि हेच अंतिम सत्य आहे.'' – माजी पोलीस महासंचालक गौतम कौल यांनी आयपीएस अधिकाऱ्यांच्या ग्रूप मेलमध्ये लिहिलं होतं.

त्यावर आणखी एका वरिष्ठ अधिकाऱ्याने लिहिलं होतं 'हे राम'

हा फक्त शारीरिक वेदनेचा आर्त उद्‌गार नव्हता, तर असहिष्णूता, फाजील धर्माभिमान आणि द्वेष याबद्दलच्या अपरिमीत दु:खाचा उद्‌गार होता. या हौतात्म्य दिनी आपण त्या सर्वांना श्रद्धांजली अर्पण करू या, ज्यांनी आपल्या 'उद्या'साठी त्यांच्या 'आज' ची आहुती दिली! आपण शांती व सलोख्याने नांदू या. देशाचे शांततारक्षक या नात्याने याची हमी देण्याची खडतर जबाबदारी पोलिसांवर आहे. जय हिंद!''

या ग्रूप मेलमध्ये मी म्हटलं होतं – ''गांधीजींच्या हौतात्म्य दिनी भोंग्याचा आवाज ऐकला की, आम्ही वर्गात अथवा घरी जिथं असू तिथं स्तब्ध उभे राहायचो. आता असं होत नाही – दूरचित्रवाहिन्या, रेडिओ, गृहरक्षक दल व नागरी सुरक्षादल – ज्यांच्याकडे भोंग्यांची व्यवस्था असते (हे उपकरण आता पांढरा हत्ती आहे) ते वाजवू शकले असते पण त्यासाठी त्यांना निर्देश कोण देते? राजकीय नेतृत्व? नोकरशाही हे करू शकत नाही. पण आपले राजकीय नेतृत्व हे मार्गदर्शक नेतृत्व नाही, ते फक्त पक्षाचे सदस्य आहेत!''

सध्या आम्ही हजारोंच्या संख्येनी देशभर भ्रष्टाराविरोधात सामुदायिक व लक्षणीय आवाज उठवत आहोत. त्यामध्ये 'घोटाळा' संस्कृती बद्दल प्रचंड खेद व्यक्त करण्यासाठी सर्व दिशांनी व समाजाच्या सर्व स्तरांतून मोठ्या संख्येनं लोक सहभागी होत आहेत. यावेळी पहिल्यांदाच आरामखुर्चीत निवांतपणे आयुष्य घालवणाऱ्या व बघ्याची भूमिका घेणाऱ्यांनी सुद्धा रविवारी घराबाहेर पडून या आंदोलनात भाग घेतला.

गांधीजींनी म्हटलं आहे, ''आपण वर्तमान ज्या प्रकारे व्यतीत करतो त्यानुसार भविष्याची जडणघडण होत असते.'' आम्ही आज तेच करत आहोत. अजूनही उशीर झालेला नाही, पण आता नाही तर कधीच नाही, अशी अवस्था मात्र आहे.

वर्षाचे ३६५ दिवस तुम्हीही तुमच्या पद्धतीनं तुमच्या जबाबदारीच्या व प्रभावाच्या क्षेत्रात हे काम करू शकता. यामध्ये तुम्ही यशस्वी झालात तर अखेर देश अधिक समृद्धच होणार आहे.

ही आपल्या काळाची शोकान्तिका आहे की, देशभक्तीच्या सूत्रापासून खूप दूर असणारे लोक आपलं नेतृत्व करत आहेत.

आता, आपण दिल्ली आणि इतर साठ शहरांत जनतेच्या प्रचंड चळवळीचं प्रसारमाध्यमांनी कशा प्रकारे वृत्तांकन केलं त्यावर नजर

टाकू. दूरचित्रवाहिन्या व केंद्रिय प्रसारमाध्यमे यांनी कशा पद्धतीनं चळवळीया वृत्तांकनाला कमी महत्त्व दिलं, या बातम्यांना स्थान दिलं नाही, हे भ्रष्टाचारविरोधी मोर्चामध्ये सहभागी झालेल्या हजारो लोकांनी प्रथमच स्वत:च्या डोळ्यांनी पाहिलं.

यामुळं प्रसारमाध्यामांनी पक्षाभिमानी असण्याचे अथवा केवळ खळबळ उडवून देणाऱ्या बातम्यांनाच बातमीपत्रात स्थान देण्याबद्दलचे सगळे आरोप खोडून काढण्याची संधी गमावली अशीही भावना होती. बाकी कशासाठी नाही तरी, निदान हे दाखवण्यासाठी तरी की, समान उद्दिष्ट व समान लढा यांमध्ये जात, लिंग, धर्म, पद अथवा भाषा अशा कोणत्याही गोष्टींचा अडसर नसतो. या चळवळीनं निरनिराळ्या श्रद्धा व व्यवसायांमधला सामान्य लोकांना एकत्र गुंफलं.... अनेकदा चर्चांमध्ये व संपादकीय लेखनामध्ये असं घडावं अशी इच्छा कायम व्यक्त होत होती. पण असं याआधी कधीच घडलं नव्हतं आणि आता ते घडल होतं, तर ते जनसामान्यांपर्यंत पोहोचवलं जात नव्हतं. नियमित चर्चांमधून व्यक्त होणाऱ्या उद्दिष्टांची केवढी हानी आहे ही !

याचा मुकाबला कसा करायचा? जनशक्ती... विशेषत: जेव्हा तटस्थ, कायद्याला धरून असणाऱ्या, मते मिळवण्याची अपेक्षा नसलेल्या लोकांच्या नेतृत्वाखाली एकवटलेली जनशक्ती कशामुळं रोखली जाते?

मला वाटत आज आपल्या सर्वांपुढे हे महत्त्वाचं आव्हान आहे. लोकांचा आवाज कसा ऐकून घेतला जाणार? योग्य कारणांसाठी संघटित होणं महत्त्वाचं आहे, तसंच एकी ही ताकद आहे, या गोष्टींवरचा सामान्य माणसाचा विश्वास कशामुळं पुनरुज्जिवीत होईल आणि कशामुळं त्याला प्रेरणा लाभेल? आपल्या निष्ठा कोणत्याही असोत, संघटना कोणतीही असो, विश्वासस्थानं कोणतीही असोत, पण आपण भविष्याचीही चिंता केली पाहिजे.

आता भ्रष्टाचाराविरूद्ध संघटित होण्याची वेळ येऊन ठेपली आहे कारण. त्याचा आपल्या सर्वांवरच दुष्परिणाम घडतो आहे. आणि प्रसारमाध्यमं नागरिकांच्या चळवळीकडे पाठ फिरवू शकत नाहीत. प्रसारमाध्यमांनी ओरड करण्यापलीकडे जाऊन प्रवाहांचा वेध घेतला पाहिजे... घोटाळ्यांपासून ते संपूर्ण देशभरातील सामान्य व आस्थेवाईक नागरिकांनी सादर केलेल्या उपायांपर्यंत. मला वाटतं, आता आपल्याला

मक्तेदारी मोडून काढण्यासाठी, नागरिकांच्या समांतर मिडियाची आणि भ्रष्टाचाराच्या विरोधात कोट्यवधी भारतीयांना इजिप्तमधल्यासारखं एकत्र आणण्याची गरज आहे. कोट्यावधींच्या संख्येनं इथंही एकत्र येण्याची वेळ येऊन ठेपली आहे.

दुसरा स्वातंत्र्य संग्राम सुरू झाला आहे

भारतीय स्वातंत्र्याचे दुसरे युद्ध या खेपेला भ्रष्टाचाराविरूद्ध सुरू आहे. आज ही राष्ट्रीय चळवळ बनली आहे.

५ एप्रिलला आधुनिक काळाचे महात्मा गांधी – 'अण्णा हजारे' दिल्लीत प्राणान्तिक उपोषण करणार आहेत. भारतात भ्रष्टाचाराच्या राक्षसाला रोखण्यासाठी, सक्षम जनलोकपाल विधेयकाच्या संयुक्त मसुद्याच्या मागणीसाठी हे आंदोलन आहे. मंत्र्याच्या समूहानं तयार केलेल्या विधेकाचा कमकुवत मसुदा नाकारण्यासाठी हे आंदोलन आहे.

भारतात भ्रष्टाचार हा जणू साथीचा आजार आहे, जो विस्तृत पसरलेला आहे आणि सगळीकडं याची लागण झाली आहे. 'सी फोर'नं दहा शहरांमध्ये केलेल्या सर्वेक्षणाचे हे काही धक्कादायक निष्कर्ष –

या सर्वेक्षणात लाच देण्याची व घेण्याची जी प्रकरणं समोर आली त्यांची आकडेवारी विश्वास बसणार नाही अशी आहे.

(अ) दोनपैकी किमान एका व्यक्तीने आपल्या मुलाच्या जन्मदाखल्यासाठी लाच दिल्याचे कबूल केले;

(आ) तीनपैकी, एका व्यक्तीने शाळा प्रवेशांसाठी लाच दिली आहे;

(इ) तीनपैकी, दोन व्यक्तींनी वाहुतुकीच्या नियमांचा भंग केल्याप्रकरणातून बाहेर पडण्यासाठी वाहतूक पोलिसाला लाच दिली आहे ;

(ई) तीनपैकी दोन व्यक्तींनी लाच देऊन वाहन चालवण्याचा

परवाना मिळवला आहे;

(उ) आठपैकी एका व्यक्तीने सचिव अथवा अन्य अधिकाऱ्याला लाच देऊन सरकारी नोकरी अथवा नियुक्ती मिळवली आहे;

(ऊ) पाचपैकी एका व्यक्तीने स्वत:च्या घराचं अवैध वाढीव बांधकाम करायला परवानगी मिळवण्यासाठी नगरपालिका अधिकाऱ्याला लाच दिली आहे;

(ए) चारपैकी एका व्यक्तीने त्यांच्या उद्योगाच्या ठिकाणी विस्तार करण्यास लाच दिली आहे;

(ऐ) तीनपैकी दोन व्यक्तींनी विक्रिकर चुकवण्यासाठी विक्री कर अधिकाऱ्याला लाच दिली आहे;

(ओ) चारपैकी एका व्यक्तीने प्रदूषणविषयक मापदंड धाब्यावर बसवण्यासाठी लाच दिली आहे.

उद्योगातील सूत्रांनी दिलेल्या माहितीनुसार मोठ्या संस्था देत असलेली लाच :

(अ) जमीन वापरण्याचे शुल्क : जमीन महसूल मूल्याच्या ५ टक्के

(आ) प्रदूषणमुक्त असल्याचा प्रमाणपत्रासाठी (एकदाच) : जर तो उद्योग प्रदूषण करणारा असेल तर एक कोटी रुपये

(इ) अबकारी अधिकारी : जितका कर चुकवला असेल त्याच्या १० टक्के

(ई) विद्युत अधिकारी : चोरीच्या ३० टक्के

(उ) कर अधिकारी : आयकर परताव्याच्या १० टक्के रक्कम

(ऊ) राष्ट्रीय महामार्ग : प्रती किलोमीटर ५० लाख रुपये

(ए) पोलीस : दरमहा २५००० रुपये

(ऐ) कारखाना तपासनीस : दरमहा ५००० रुपये

(ओ) बॉयलर तपासनीस : दरमहा ५००० रुपये

(औ) रेल्वे वॅगन ; मालाच्या किंमतीच्या ५ टक्के

भ्रष्टाचाराचं हे प्रमाण दिवसेंदिवस अधिकाधिक भयंकर होत चाललं आहे. लाच घेणारे दिवसेंदिवस गबर होत आहेत आणि लाच देणारे

कसाबसा तग धरत आहेत किंवा अधिक गडगंज होत आहेत. (हे परिस्थितीवर अवलंबून असतं.) भ्रष्टाचाराचं हे रुप प्रचंड विस्तारलं आहे ही अतिशय गंभीर बाब आहे. सर्व प्रकारच्या नियमांच्या उल्लंघनासाठी किंमत चुकवावी लागते आणि ती आपण वैयक्तिक अथवा सामुदायिकपणे, प्रत्यक्ष वा अप्रत्यक्षरित्या चुकवत आहोत.

पैसा, पद आणि ताकद या गोष्टी एकत्र आल्याखेरीज भ्रष्टाचाराचा कोणताही गुन्हा घडत नाही. त्यामुळं लाच घेणाऱ्या व लाच देणाऱ्या व्यक्तींना यंत्रणेला भ्रष्ट रुप दिल्याबद्दल शिक्षा दिली पाहिजे

लाच देणाऱ्या लोकांमुळं साधनस्त्रोतांचं विषम वितरण होतं. गुणवत्ता पद्धतीमध्ये नियमभंग होतात, वातावरण प्रदूषित होतं, माणसासमोरची संकटं वाढतात आणि असंतुष्टपणा व अविश्वास फैलावतो. या साऱ्यामुळं भ्रष्टाचार सोसणाऱ्या पिढ्या निर्माण होतात. ज्यामुळं देशाचा पायाच कमकुवत होतो. या सर्वेक्षणात भारताची आजची अवस्था दिसून आली आहे. लाच देणाऱ्या लोकांना वैयक्तिक अथवा व्यावसायिक कारणांसाठी लाच देणं जबरदस्तीनं भाग पडत आहे किंवा त्यांना अधिक संपत्ती व ताकद निर्माण करण्याची हाव आहे. या दोन्हींपैकी कारण कुठलंही असलं तरी भारतीय कायदाव्यवस्थेनुसार ती व्यक्ती अपराधी गुन्ह्याला प्रोत्साहन देणारीच ठरते.

युके मध्ये नुकताच 'लाचलुचपत कायदा २०१०' संमत झाला. त्यामध्ये एकूणच लाचलुचपतीच्या गुन्ह्यांच्या व्याख्या व इतर स्पष्टीकरणे आहेत. त्यामध्ये म्हटलं आहे,

``If a person offers, promises or gives a financial or other advantage to another person and that person intends the advantage to induce a person to perform improperly a relevant function or activity, or to reward a person for the improper performance of such a function and activity, shall be punishable, on summary conviction with 12 months and on indictment up to 10 years. The function and activities which fall within this scope are .... any function of a public nature : any activity connected with a business performed in the course of a person's employment, performed by or on behalf of a body of persons (Whether corporate or unicorporated) even outside the united kingdom...."

'इंडिया अगेन्स्ट करप्शन' (IAC) नं तयार करून, भारत सरकारला सादर केलेल्या जनलोकपाल विधेयकात अशाच प्रकारचे कलम घातलेले आहे : ``Any person who obtains any benefit from the government by violating any laws or rules that person along with public servants who directly or indirectly helped that person to obtain those benefits shall be deemed to have indulged in corruption..."

पैसा, पद आणि ताकद या गोष्टी एकत्र आल्याखेरीज भ्रष्टाचाराचा कोणताही गुन्हा घडत नाही. त्यामुळे लाच घेणाऱ्या व लाच देणाऱ्या व्यक्तींना यंत्रणेला भ्रष्ट रूप दिल्याबद्दल शिक्षा दिली पाहिजे....जेव्हा त्यांचं कृत्य वैयक्तिक हाव व राष्ट्रीय लूट करणार असेल तेव्हा तर अधिकच.

जनलोकपाल विधेयकाचा मसुदा जर संयुक्तरीत्या तयार केला तर एक सक्षम कायदा निश्चितच मिळेल.

(WWW. iniaagainstcorruption. org वर 'पोस्ट' केलेला मसुदा पहा आणि या चळवळीत सहभागी व्हा) दुसरा स्वातंत्र्यसंग्राम जिंकण्यासाठी हे आवश्यक आहे.

'अण्णा' महात्मा आहेत आणि आपण सर्वजण स्वांतत्र्यसैनिक : जनलोकपाल विधेयक सांगते की - तुम्हीच तुमचे भाग्यविधाता व्हा, केवळ भ्रष्टाचाराला मत देणारे मतदार बनून राहू नका. ही आपल्याच भविष्यासाठीची यशस्वीता असेल.

आता मेंढरं बनून राहायचं नाही, आता गप्प राहायचं नाही

भ्रष्टाचाराबद्दल कित्येक प्रश्न अनेक सार्वजनिक व्यासपीठांवरून नेहमी विचारले जात असतात. त्यातील काही प्रश्न मी इथं करत आहे.

१. गेला साठ वर्षं भारतीय लोक भ्रष्टाचार का सहन करत आहेत?

उत्तर : कारण ते याबाबत उदासीन होते आणि एकूणच घाबरत होते व असाहाय्य होते, कारण आस्थापनाविरूद्ध आवाज उठवणाऱ्यालाच अपाय होण्याचा प्रचंड धोका होता.

२. याचा कोण कशाप्रकारे स्वैर उपभोग घेत आहे. हे त्यांना माहीत नव्हतं का?

उत्तर : होय त्यांना माहीत होतं, पण त्यांना 'आवाज' मिळवून देण्यासाठी कुणीही त्यांना संघटित केलं नव्हतं. जात, पंथ, समाज इत्यादी वर्गवारीनं त्यांना अलग ठेवण्यात आलं होतं.

३. या गोष्टीची बातमी बनत नव्हती का?

उत्तर : हो, बनत होती. पण जनक्षोभ उसळण्याइतकी आणि देशात चेतना निर्माण करून लोकांना त्यादृष्टीने कार्यप्रवृत्त करण्याइतकी नाही. २४ × ७ दूरचित्रवाहिन्यांवरील बातम्या सुरु होण्याआधी वृत्तपत्रं वाचली जात होती, रेडिओ ऐकला जात होता, पण त्यामुळे आजच्याइतका प्रक्षोभ निर्माण झाला नाही.

४. प्रसारमाध्यमे या प्रश्नांबद्दल लिहित अथवा हे प्रश्न उचलून धरत नव्हती का?

उत्तर : हो पण त्याद्वारे पुरेसा संघटित दबाव निर्माण होत नव्हता.

५. यासंदर्भात आपण काय करू शकतो हे लोकांना माहीत होत्तं का?

उत्तर : कायद्याची अंमलबजावणी करणाऱ्या संस्थांवर अजिबात विश्वास नव्हता. या संस्थाच बाह्य प्रभावाला बळी पडण्याची शक्यता असल्यामुळं त्यांच्यावरच लक्ष ठेवण्याची गरज होती. अशा वेळी तुम्ही कुठे जाणार आणि तुमचे कोण ऐकून घेणार? भ्रष्टाचार प्रतिबंधक यंत्रणा एकतर अस्तित्वातच नव्हत्या किंवा फक्त नावापुरत्या होत्या. लोकांना दाद मागायला खरोखर कुठलं ठिकाणच नव्हतं. पैसे द्या नाहीतर घरी जा, अशी अवस्था होती.

६. पांढरापेशा व सुशिक्षित लोकांच्या गुन्ह्यांना शिक्षा करण्यासाठी आपल्याकडे कोणती अंमलबजावणी यंत्रणा होती?

उत्तर : त्यासाठी राजकीय हुकूमतीखाली असलेली 'कायदे अंमलबजावणी' यंत्रणा होती.

अग्रगण्य तपास यंत्रणा – सेंट्रल ब्यूरो ऑफ इनव्हेस्टिगेशन कशा पद्धतीने काम करत आहे पाहा. त्यांना याच सरकारकडून मंजूरी घ्यावी लागते ज्या सरकारच्या अधिकाऱ्यांचीच चौकशी करायची असते. इथे हितसंबंधांचा संघर्ष उघड असतो. सीबीआय स्वत:च्या पसंतीने वकील अथवा तज्ज्ञांची नेमणूक करू शकत नाही. आर्थिकदृष्ट्याही मुक्तहस्ते काम करता येत नाही. इतर खात्यांमधून नेमल्या गेलेल्या व्यक्तींच्या लहरींचाही त्यांच्यावर परिणाम घडत असतो. त्यांच्यासमोर निवृत्तीनंतरच्या नोकऱ्यांचं मोठं गाजर लटकत असतं.

वस्तुस्थिती अशी आहे की, दारिद्र्य रेषेखालील माणसाला प्रत्येक गोष्टींसाठी मदत लागते – धान्य मिळवण्यापासून ते पाणी, वीज, शिधापत्रिका, माथ्यावर छप्पर, मुलांसाठी शाळा, त्याच्या मालाची विक्री, बँकेचं कर्ज आणि त्यांच्या मोठ्या झालेल्या मुलांसाठी नोकरी. त्याला खात्रीनं मिळेल असं काहीही नाही. कशाचीही शाश्वती नाही : अशातच समजा तो आजारी पडला तर त्याला किरकोळ पुंजी गमवावी लागते किंवा तो कर्जात रुततो.

काही अपवाद वगळता, निम्म्या लोकांना कुटुंब आणि त्यांचा

आधार असतो. आपल्या आईवडिलांनी साध्य केलेला जीवनस्तर अधिक कसा उंचावयाचा हे त्यांच्यासमोरचं आव्हान असतं. त्यांच्यासाठी आयुष्यातल्या मूलभूत गरजा भागणं महत्त्वाचं असतं – घरं, प्रवास, मित्रमंडळी, करमणूक, लग्नसमारंभांचा खर्च, सुरक्षा, नातेबंध, कार्यकौशल्ये, सहकारी, सोशल नेटवर्क्स आणि आपलं काम

अग्रगण्य तपास यंत्रणा – सेंट्रल ब्यूरो ऑफ इन्व्हेस्टीगेशन कशा पद्धतीने काम करत आहे पाहा. त्यांना याच सरकारकडून मंजूरी घ्यावी लागते ज्या सरकारच्या अधिकाऱ्यांचीच चौकशी करायची असते. इथे हितसंबंधांचा संघर्ष उघड असतो.

कोणत्याही प्रकारे हुकमी करून घेण्याची क्षमता. लाच घेणाऱ्या व लाच गोळा करणाऱ्या माणसांसाठी ते पहिली व दुसरी पायरी असतात. ते 'तपासनीस मंडळ' असतात, 'फाईल इनिशिएटर्स' असतात, 'सेफ कीपर्स' असतात आणि पहिले पुरवठादारसुद्धा असतात. त्यांची महत्त्वाची प्रेरणा असते ते स्वत:, त्यांचं कुटुंब, जात, लाभ संपादन आणि ज्येष्ठांना सुलभ-सुकर होणे.

काही सन्मान्य अपवाद वगळता देशातील अग्रगण्य एक टक्का श्रीमंतांचे राष्ट्रीय संपत्तीची देवाण घेवाण करणाऱ्या ताकदवान राजकीय लोकांशी लागेबांधे असतात. दिवसेंदिवस हे दोन्ही वर्ग अधिकाधिक श्रीमंत आणि सामर्थ्यशाली बनत जातात, त्याचवेळी कार्यक्षेत्रात नव्यानं प्रवेश करणाऱ्या तरुणांसाठी ते रस्ता अरूंद करत जातात.

हे असं का घडलं आहे? याचं कारण आहे – आपल्याकडे पाच वर्षांतून एकदा मतदान करण्याव्यतिरिक्त, आपण निवडून देतो त्या व्यक्तीला प्रतिबंध-नियंत्रण करणारी, प्रभावी यंत्रणा व त्याचं मूल्यमापन करण्याचे सुयोग्य मार्ग नाहीत. जे कुठले पर्याय पुढे आले आहेत ते 'पक्षश्रेष्ठीं'च्या नेतृत्वाखालील राजकीय पक्षांमार्फत. त्यांनी ठरवलेल्या अजेंड्याप्रमाणे. ज्यावेळी सिव्हिल सोसायटीनं भ्रष्टाचाराविरूद्ध आवाज उठवला त्यावेळी त्याला 'निवडून न आलेल्या लोकांची जुलूमशाही' असं संबोधलं गेलं!

सामाजिक कार्यकर्ता व सुधारक अण्णा हजारे यांच्या नेतृत्वाखाली सिव्हिल सोसायटीने संपूर्ण देश एकत्र आणला आहे. त्यांनी आजवर देशात अस्तित्वात नसलेली जबाबदार, स्वतंत्र चौकशी संस्था निर्माण

करण्याची मागणी केली आहे. खरं कारण हे आहे, आणि हे जनतेच्या लक्षात आलं पाहिजे- आज लोकांना छापील व दृक्श्राव्य प्रसारमाध्यमांद्वारे भरपूर माहिती मिळत आहे आणि त्यांच्याजवळ 'माहितीचा अधिकार' कायद्याचं आयुध आहे.

निवडून न आलेल्या लोकांच्या जुलूमशाहीच्या अनुषंगिक परिणामांमुळे आणि संयुक्त राष्ट्रसंघात भ्रष्टाचार विरोधी 'कन्व्हेन्शन' वर स्वाक्षरी केल्यामुळे, भारतीय संसद लोकपाल विधेयक संमत करेल. जर हे विधेयक संमत झालं नाहीतर अण्णा हजारेंची ही जनचळवळ २७ डिसेंबरपासून पुन्हा जोर धरेल.

सत्ताधारी पक्ष त्याला हवं ते करू शकतो, फक्त त्याच्याकडे राजकीय इच्छाशक्ती हवी. तो किरकोळ विक्री क्षेत्रात थेट परकीय गुंतवणुकीसाठी संसदेच्या अधिवेशनादरम्यान मंत्रीमंडळाचा ठराव पास करू शकतो, तर तो त्याला हवे असलेले कोणतेही विधेयक संमत करू शकतो अथवा विशेष अधिवेशनसुद्धा बोलावू शकतो.

पुढचा रस्ता

मी हा लेख लिहित असताना मला एक 'ट्विट' आलं, ते अगदी समर्पक आहे. त्यात म्हटलं होतं, *"आपल्या देशभक्त नेत्यांनी आपल्याला स्वातंत्र्य मिळवून दिलं. आज सर्व स्तरांवरील भ्रष्टाचारानं आपण आपल्या स्वातंत्र्याचा विध्वंस केला आहे. आपल्या पुढच्या पिढीला आपल्या चुकांची शिक्षा भोगावी लागेल. विचार करा. तुमच्या पुढच्या पिढीसाठी अधिक सुस्थित समाज मागे ठेवा. स्वातंत्र्यदिनाच्या शुभेच्छा."*

मोठ्या प्रमाणात माजलेल्या भ्रष्टाचाराविरूद्ध इतकी तीव्र निदर्शन होण्याचं नेमकं हेच कारण आहे. गेली कित्येक दशकं गुन्हेगारी न्याय यंत्रणा जाणीवपूर्वक प्रभावहीन ठेवल्यामुळं भ्रष्टाचार लपला गेला आहे. राजकीय नियंत्रित सेन्ट्रल ब्यूरो ऑफ इन्व्हेस्टिगेशन (CBI) आणि प्रचंड संख्येनं प्रलंबित खटल्यांनी तुंबलेली न्यायालये – यामुळे खटले चालवण्यास विलंब होतो यामुळं कायदे मोडणाऱ्या लोकांना तितकंसं भय वाटत नाही.

भ्रष्टाचाराच्या या गैरप्रवृत्तीवर तोडगा म्हणून अण्णा हजारे यांनी सक्षम लोकपाल विधेयकाच्या मागणीसाठी भ्रष्टाचारविरोधी चळवळ उभारली तसंच, परदेशी ठेवलेला काळा पैसा भारतात परत आणण्यासाठी बाबा रामदेवजी यांनीही आवाज उठवला.

पण सिव्हिल सोसायटीच्या या चळवळींची पहिली ठिणगी केव्हा पडली?

२०१० साली राष्ट्रकुल क्रीडास्पर्धांच्या संयोजनात झालेला प्रचंड भ्रष्टाचार उघड झाला. प्रसारमाध्यामांसाठी भरमसाठ दर लावल्याचे, बजेट प्रचंड वाढल्याचे, कॉन्ट्रॅक्ट्स् मर्जीतल्या लोकांना दिली गेल्याचे, पायाभूत सुविधांचा दर्जा हीन असल्याचे, अशा अनेक गोष्टींचे पुरावे सादर केले गेले, तेव्हा.

तरीसुद्धा ही प्रकरणं दीर्घकाळ दुर्लक्षित होती. टूजी स्पेक्ट्रम घोटाळा उघडकीला आल्यानंतर असंच झालं. अब्जावधी रुपयांची लूट झाली आहे याचा तपास करणाऱ्या कम्प्ट्रोलर ॲन्ड ऑडिटर जनरल (कॅग) सारख्या संस्थांनी, कायद्याची जुळवाजुळवी करून त्यांचं मूलभूत कर्तव्य पार पाडण्यासाठी खूप वेळ घेतला.

आणखी एक घोटाळा म्हणजे आदर्श सोसायटीतील घोटाळा. या सोसायटीतील घरं युद्धसैनिकांच्या विधवांसाठी होती. पण ती राजकीय संबंध असलेल्या व्यक्तींना दिली गेली. यातील प्रमुख आरोपींना पकडण्यास अशीच टाळाटाळ पाहायला मिळाली.

कार्यकर्त्यांनी जसा अधिक शोध घेतला तशी भ्रष्टाचाराची आणखी प्रकरणं उघडकीला आली. गंभीर आर्थिक अनियमिततेच्या संदर्भात शिखर न्यायालये, कॅग, इ.ची निरक्षणे व निर्देश आपण पुन्हा एकदा पाहिले. पंधरा केंद्रीय मंत्र्यांविरूद्धचा तपास न झाल्यामुळं भ्रष्टाचार अधिकच गडद झाल्याचं पाहिलं. या साऱ्यामुळे जनक्षोभ अधिकच उसळला.

आपण सर्वांनी बाबा रामदेवजी यांचं रामलीला मैदानावरील व त्याआधी जंतरमंतर वरील अण्णा हजारे यांचं उपोषण पाहिलं. बाब रामदेवजींनी काळा पैसा देशात परत आणण्यासाठी उपोषण केलं होतं, तर अण्णा हजारेंनी कॅबिनेट मंत्र्याविरूद्धच्या आरोपांची स्वतंत्र चौकशी होण्यासाठी उपोषण केलं होतं. दोघांनाही जनतेचा अभूतपूर्व पाठिंबा लाभला. आणीबाणी नंतरच्या दिवसांत १९७५ सालाच्या दरम्यान जयप्रकाश नारायण यांच्या चळवळीला असा पाठिंबा मिळाला होता. त्यानंतर असा पाठिंबा याच चळवळीला लाभला आहे. भ्रष्टाचारविरोधी निदर्शनं संपल्यावर देशविदेशातून सगळीकडून उठलेल्या भ्रष्टाचारविरोधी सामुदायिक आवाजाचे काय झाले? हे आपण पाहिलं आहे. या भ्रष्टाचारविरोधी संघर्षाने आपल्यासमोर ठेवलेली महत्त्वपूर्ण आव्हाने

आपण पेलली पाहिजेत.

यातील सर्वांत महत्त्वाचं आव्हान आहे ते सामान्य माणसासाठी – ज्याच्यावर भ्रष्टाचाराचा सर्वाधिक दुष्परिणाम घडतो, तो वर्ग.

नोंदणी झालेल्या सर्व मतदारांनी, वैयक्तिक व समूह अशा दोन्ही स्तरांवर, आपल्या मताची किंमत ओळखायला शिकले पाहिजे. आपले मत 'विकाऊ नाही तर ते सेवा मिळवण्याच्या हक्कासाठी आहे' ही गोष्ट त्यातील बहुसंख्यजणांनी समजून घेण्याची गरज आहे. त्यांच्या हातात पवित्र' बटणांची ताकद आहे. त्या आधारे ते त्यांच्या दारात हात जोडून येणाऱ्या व त्यांना अधिक चांगला जीवनस्तर मिळवून देण्याचे वचन देणाऱ्यांकडून स्वतःच्या व समाजाच्या हितासाठी उत्तम शासन कारभाराची मागणी करू शकतात.

निवडणूक ही आढावा घेण्याची वेळ असते. निवडून आलेल्या उमेदवाराने मते मागताना दिलेली वचने पूर्ण केली आहेत का? जीवनस्तर सुधारला आहे का? गेल्या वेळी तो उमेदवार मत मागायला आला होता तेव्हापासून आजवर परिस्थितीत किती प्रमाणात बदल घडला आहे?

निवडणूक ही मूल्यमापनाची वेळ असते – गेल्यावेळी त्यांनी दिलेल्या मताचं काय फळ मिळालं? अधिक लाभ झाला की तोटा? त्यामुळे समाजातील मुल्यपद्धती अधिक मजबूत झाली की कमकुवत? तुम्ही ज्या व्यक्तीला मत दिलंत, ती व्यक्ती लोकांचे म्हणणे ऐकायला उपलब्ध होत होती काय? लोकांची गाऱ्हाणी ऐकण्यासाठी त्या व्यक्तीने विशिष्ट निश्चित वेळ दिली आहे काय? महानगरपालिका, विधानसभा अथवा संसद यांच्या सत्रांना जाण्याआधी त्या व्यक्तीने लोकांशी विचारविनिमय केला होता काय किंवा येत असल्याचे आधी कळवून त्या सत्रांविषयी कधी माहिती दिली होती काय? त्या व्यक्तीला मिळालेल्या विकासनिधीचा विनियोग कसा केला याची त्या व्यक्तीने आपल्या मतदारासंघाला माहिती दिली काय? मतदार म्हणून तुम्ही त्या व्यक्तीने उत्तरदायी असण्याची मागणी केली काय?

अशा प्रकारे आपले भविष्य आपल्या मतदारांवर आणि ते किती जबाबदारीने वागतात यावर अवलंबून आहे. आपलं मत म्हणजे रिवाज म्हणून ५ वर्षांतून एकदा बटण दाबायचं असा त्यांनी विचार

करता कामा नये. त्यांच मत सकारात्मक बदलाचा स्फुलिंग चेतवू शकते. मतदार आणि देश यांच्या दृष्टीने सकारात्मक परिवर्तन घडवू शकतं.

मतदार यादीत नसलेले परंतु मतदानास पात्र असलेले मतदारसुद्धा महत्त्वाचे आहेत. सुजाण आणि नागरिकाची सामाजिक जबाबदारी पार पाडण्यासाठी अठरा वर्षांवरील प्रत्येकाने मतदार म्हणून स्वत:चे नाव नोंदवलेच पाहिजे. नवीन मतदार नोंदणीच्या उद्घोषणा, किरकोळ जाहिरात बजेटामध्ये केल्या जातात. ती एक गंभीर मोहीम असण्यापेक्षा औपचारिकताच जास्त असते आणि माहितीही अपुरी असते. त्यामुळे पात्र मतदारांनी स्वत:चे नाव नोंदवण्यासाठी पुढाकार घ्यायला हवा आणि चालू घडामोडींबद्दल जागरुक असायला हवे, तरच सध्याच्या सरासरी मतदानाची पन्नास टक्क्यांच्या पुढे जाईल.

आज आपली लोकशाही सहासष्ट वर्षांची झाली आहे. हे परिपक्वतेचं वय आहे. आपण लोकशाहीच्या पायाचा चिरा आहोत ही गोष्ट प्रत्येक मतदारानं लक्षात घेतली पाहिजे. आपला देश बलवान व्हायला हवा असेल तर, तो चिरा योग्य रीतीने बसवायला हवा.

जय हिंद!

◆